MASTER THE ART OF COOKING PASTA IN A PAN

100 Masarap na Pasta Dish, Isang Kawali, Walang Istorbo

JOSE ANTONIO GUERRERO

Copyright Material ©2023

Lahat ng Karapatan ay Nakalaan

Walang bahagi ng aklat na ito ang maaaring gamitin o ipadala sa anumang anyo o sa anumang paraan nang walang wastong nakasulat na pahintulot ng publisher at may-ari ng copyright, maliban sa mga maikling sipi na ginamit sa isang pagsusuri. Ang aklat na ito ay hindi dapat ituring na kapalit ng medikal, legal, o iba pang propesyonal na payo.

TALAAN NG MGA NILALAMAN

TALAAN NG NILALAMAN 3
PANIMULA 7
FUSILI PASTA 8
  1. Spicy Veggie Pasta Bake 9
  2. Bawang-Mushroom Fusilli na may Pear Salad 11
  3. Inihaw na Veggie Fusilli Pasta Salad 13
  4. Saucy Cheddar Fusilli Salad 15
  5. Crimini Pasta Bake 17
  6. Fusilli na may Sun-Dried Tomatoes 19
  7. One-Skillet Ground Beef at Pasta 21
  8. One-Pot Chicken Fusilli 23
  9. One-Pot Chicken at Veggie Fusilli 25
PENNE PASTA 28
  10. Lemon Chicken Penne Pasta 29
  11. Three-Cheese Meatball Mostaccioli 32
  12. Pinausukang Salmon Pasta 34
  13. Penne alla vodka 36
  14. Nutty Chicken Pasta 38
  15. Penne Beef Bake 40
  16. Cheesy Chicken Cream Pasta 42
  17. Inihurnong penne na may mga bola-bola ng pabo 44
  18. Klasikal na Penne Pasta 46
ROTINI PASTA 48
  19. Hipon at Cherry Tomato Pasta Salad 49
  20. Sariwang Lemon Pasta 52
  21. Cheesy Pepperoni Rotini Salad 54
  22. Creamy Tomato Rotini Pasta sa Isang Palayok 56
  23. Saucy Beef Rotini sa Isang Kaldero 58
  24. Chicken and Broccoli Rotini in a Single Pot 60
  25. One-Pan Rotini na may Tomato Cream Sauce 62
  26. Parmesan Rotini Skillet 64
  27. One-Pan Chicken Rotini 66
JUMBO SHELLS 68
  28. Italian Sausage Stuffed Shells 69
  29. Spinach at three-cheese stuffed shell 72

30. Decadent Spinach-Stuffed Shells	75
31. Jumbo Pasta Shells na Puno ng Bawang	77
32. Stovetop Stuffed Pasta Shells	80
33. Vegetarian Skillet Stuffed Shells	82
34. Taco-Stuffed Pasta Shells	85
35. Summer Stuffed Shells	87

LINGUINE PASTA ... 90

36. Romano Linguine Pasta Salad	91
37. Lemon Ricotta Pasta with Chickpeas	93
38. Hipon Carbonara	96
39. Linguine at Clam Sauce	99

ANGEL HAIR PASTA ... 101

40. One-Skillet Pasta	102
41. Angel Hair Shrimp Bake	104
42. Shrimp Scampi Skillet	106

GNOCCHI ... 108

43. One-Pan Creamy Chicken at Gnocchi	109
44. Gnocchi na may herb pesto	112
45. Sage at Mascarpone Gnocchi	114

FETTUCINI ... 117

46. Klasikal na Alfredo	118
47. Crimini Pasta Bake	120
48. Garlic Parmesan Pasta in One Pot	122
49. One-Pot Chicken Bacon Fettuccine Alfredo	124
50. Mushroom Fettuccine	126

RIGATONI PASTA ... 128

51. Romano Rigatoni Casserole	129
52. Vegan Rigatoni Basil	131

ELBOW MACARONI ... 133

53. BLT Pasta Salad	134
54. Spinach at artichoke mac-and-cheese	136
55. Chili Mac Casserole	138

ZITI PASTA ... 140

56. Inihurnong Ziti	141
57. Provolone Ziti Bake	143
58. Beef Ziti Casserole	145
59. Inihurnong Ziti	147

60. Ziti Sausage Bake 149

SPAGHETTI PASTA **151**
61. Pesto Shrimp na may Pasta 152
62. Tuna Pasta 154
63. Sunny Hot Spaghetti 156
64. Spaghetti Bolognese Skillet Bake 158
65. Bay Scallops na may Spaghetti 161
66. Sunny Hot Spaghetti 163
67. Chicken Tetrazzini 165
68. Inihurnong rigatoni at bola-bola 167
69. Mabilis na Spaghetti Skillet 169
70. Easy Spaghetti 171
71. Hipon Lo Mein 173
72. Chicken Tetrazzini 175
73. Pasta Sausage Skillet 177
74. Kawali ng Chicken Pasta 179
75. Pasta alla Norma Skillet Bake 182
76. Ziti at Spaghetti na may Sausage 185

BUCATINI PASTA **187**
77. One-Pan Bucatini na may Leeks at Lemon 188
78. Tomato Burrata Pasta 190
79. Lemon basil pasta with brussels sprouts 192
80. One-pot creamed corn bucatini 195

ORZO **197**
81. Parmesan Orzo 198
82. Minty Feta at Orzo Salad 200
83. One-Pot Tomato Orzo 202
84. Chicken Orzo Skillet 204
85. Orzo at Portobello Casserole 206
86. One-Pan Orzo With Spinach at Feta 208

FARFALLE/BOW TIE **210**
87. Pasta Rustica 211
88. Crème Fraiche Chicken Pasta 213
89. Chicken Tenders at Farfalle Salad 215
90. Macaroni Seafood Salad 217
91. Butternut and Chard Pasta Bake 219

LASAGNA **221**

92. Spanish Lasagna 222
93. Kalabasa at sage lasagna na may fontina 224
94. Nag-load ng Pasta Shells Lasagna 227
95. Chicken Lasagna 229
96. Timog-kanlurang Lasagna 231
97. Classical Lasagna 233
98. Saucy Lasagna 235
99. Ratatouille lasagna 238
100. Pepperoni Lasagna 241
101. Slow Cooker Lasagna 243

KONKLUSYON **245**

PANIMULA

Maligayang pagdating sa "Master the art of cooking pasta in a pan" isang culinary journey na magbabago sa iyong karanasan sa pagluluto, na ginagawa itong mas simple, mas maginhawa, at walang abala. Ang isang pan na pasta dish ay naging isang minamahal na uso sa mundo ng pagluluto, at sa cookbook na ito, inaanyayahan ka naming master ang sining ng paglikha ng mga masasarap na pasta na pagkain sa isang kawali lamang.

Ang aming paglalakbay sa pamamagitan ng one-pan pasta cooking ay magpapakilala sa iyo sa kagandahan ng pagiging simple. Isa ka mang batikang chef sa bahay o bago sa kusina, ang aklat na ito ang iyong gabay sa paggawa ng 100 masasarap na pasta dish na may kaunting paglilinis at maximum na lasa. Tuklasin namin ang mga diskarte, sangkap , at pamamaraan na ginagawang isang culinary revolution ang pagluluto ng one-pan pasta.

Habang sinisimulan natin ang walang-abala na pakikipagsapalaran na ito, maghanda upang i-unlock ang mga sikreto ng pag-master ng one-pan pasta. Mula sa mga klasikong Italyano na paborito hanggang sa mga makabago at malikhaing recipe, matutuklasan mo ang kagalakan ng pagluluto nang madali, habang nasisiyahan sa katakam-takam na mga pasta dish. Sumisid tayo sa "Master the art of cooking pasta in a pan" at pasimplehin ang iyong culinary experience, paisa-isang kawali.

FUSILI PASTA

1. Spicy Veggie Pasta Bake

Gumagawa: 6 servings

MGA INGREDIENTS:
- 3 tasang hilaw na spiral pasta tulad ng fusili
- 1 medium yellow summer squash
- 1 maliit na zucchini
- 1 katamtamang matamis na pulang paminta
- 1 katamtamang berdeng paminta
- 1 kutsarang langis ng oliba
- 1 maliit na pulang sibuyas, hiniwa at hiniwa
- 1 tasang hiniwang sariwang mushroom
- 1/2 kutsarita ng asin
- 1/4 kutsarita ng paminta
- 1/4 kutsarita ng dinurog na red pepper flakes
- 1 garapon (24 onsa) maanghang na sarsa ng marinara
- 8 ounces sariwang mozzarella cheese pearls
- Grated Parmesan cheese at julienned fresh basil, opsyonal

MGA TAGUBILIN:

a) Painitin ang hurno sa 375°. Magluto ng pasta ayon sa mga direksyon ng pakete para sa al dente; alisan ng tubig.

b) Gupitin ang mga kalabasa at paminta sa 1/4-in. julienne strips. Sa isang 12-in. cast-iron o iba pa ovenproof na kawali, init ng mantika sa medium-high heat. Magdagdag ng sibuyas, mushroom at julienned gulay; lutuin at haluin hanggang malutong, 5-7 minuto.

c) Haluin ang mga pampalasa. Magdagdag ng marinara sauce at pasta; ihagis upang pagsamahin. Itaas na may mga perlas na keso.

d) Ilipat sa oven; maghurno, walang takip, hanggang matunaw ang keso, 10-15 minuto. Kung nais, budburan ng Parmesan cheese at basil bago ihain.

2. Bawang-Mushroom Fusilli na may Pear Salad

Gumagawa: 2

MGA INGREDIENTS:
- 1 brown na sibuyas
- 2 cloves ng bawang
- 1 pakete ng hiniwang mushroom
- 1 sachet ng bawang at herb seasoning
- 1 pakete ng light cooking cream (Naglalaman ng Gatas)
- 1 sachet ng chicken-style stock powder
- 1 pakete ng fusilli (Naglalaman ng Gluten; Maaaring naroroon: Itlog, Soy)
- 1 peras
- 1 bag ng pinaghalong dahon ng salad
- 1 pakete ng Parmesan cheese (Naglalaman ng Gatas)
- Langis ng oliba
- 1.75 tasa ng tubig na kumukulo
- Isang ambon ng suka (balsamic o white wine)

MGA TAGUBILIN:

a) Pakuluan ang takure. Pinong tumaga ang brown na sibuyas at bawang. Init ang isang malaking kasirola sa medium-high heat na may masaganang ambon ng langis ng oliba. Lutuin ang hiniwang mushroom at sibuyas, paminsan-minsang pagpapakilos, hanggang sa lumambot lang, na tumatagal ng mga 6-8 minuto. Idagdag ang bawang at bawang at herb seasoning, at lutuin hanggang mabango ng mga 1 minuto.

b) Idagdag ang light cooking cream, kumukulong tubig (1 3/4 cups para sa 2 tao), chicken-style stock powder, at fusilli. Haluin upang pagsamahin at dalhin ito sa pigsa. Bawasan ang init sa katamtaman, takpan ng takip, at lutuin, paminsan-minsang pagpapakilos, hanggang sa maging 'al dente' ang pasta, na tumatagal ng humigit-kumulang 11 minuto. Haluin ang ahit na Parmesan cheese at timplahan ng asin at paminta ayon sa panlasa.

c) Habang niluluto ang pasta, hiwain ng manipis ang peras. Sa isang medium na mangkok, magdagdag ng isang ambon ng suka at langis ng oliba. Itaas ang dressing na may halo-halong dahon ng salad at peras. Timplahan at ihagis upang pagsamahin.

d) Hatiin ang one-pot na creamy mushroom fusilli sa pagitan ng mga bowl. Ihain kasama ang salad ng peras. Masiyahan sa iyong masarap na pagkain!

3.Inihaw na Veggie Fusilli Pasta Salad

Gumagawa: 8-10

MGA INGREDIENTS:

PASTA SALAD
- 1 pound fusilli
- 2 tasang diced ang inihaw na pula at dilaw na kampanilya na paminta
- 2 tasa ng kalahating cherry tomatoes
- 2 tasang hiniwang inihaw na sibuyas
- 2 tasang red wine vinaigrette

RED WINE VINAIGRETTE
- 1 tasang extra virgin olive oil
- ⅓ suka ng red wine
- 2 kutsarang tubig
- 4 cloves na bawang, pinong gadgad
- 2 kutsarita ng Dijon mustard
- 2 kutsarita ng tuyo na oregano
- 2 kutsarita ng butil na sibuyas
- 1 kurot ng dinurog na chili flakes
- 2 kutsarita ng kosher na asin
- 1 kutsarita sariwang giniling na itim na paminta
- 2 kutsarang pulot

MGA TAGUBILIN

RED WINE VINAIGRETTE:
a) Pagsamahin ang lahat ng sangkap sa isang lalagyan na may mahigpit na takip.
b) Iling mabuti at iimbak sa refrigerator hanggang kinakailangan.

PASTA SALAD
c) Maghanda ng pasta ayon sa itinuro sa pakete.
d) Pagkatapos maluto, salain ang fusilli at palamig ito sa malamig na tubig upang matigil ang proseso ng pagluluto.
e) Ilipat ang pasta sa isang malaking mangkok at ihalo sa mga natitirang sangkap.
f) Paghaluin nang lubusan, pagkatapos ay umalis magdamag.

4.Saucy Cheddar Fusilli Salad

Gumagawa: 10
MGA INGREDIENTS:
- 2 kutsarang langis ng oliba
- 6 berdeng sibuyas, tinadtad
- 1 kutsarita ng asin
- 3/4 C. tinadtad na adobo na jalapeno peppers
- 1 (16 oz.) pakete fusilli pasta
- 1 (2.25 oz.) ay maaaring maghiwa ng itim na olibo
- 2 lb. sobrang lean ground beef
- (opsyonal)
- 1 (1.25 oz.) pakete ng taco seasoning mix
- 1 (8 oz.) pakete na ginutay-gutay na Cheddar
- 1 (24 oz.) garapon na banayad na salsa
- keso
- 1 (8 oz.) bottle ranch dressing
- 1 1/2 red bell peppers, tinadtad

MGA TAGUBILIN:

a) Maglagay ng malaking kaldero sa katamtamang init. Punan ito ng tubig at ihalo ang langis ng oliba na may asin.

b) Lutuin ito hanggang sa magsimula itong kumulo.

c) Idagdag ang pasta at pakuluan ito ng 10 min. Alisin ito sa tubig at ilagay sa isang tabi upang maubos.

d) Maglagay ng malaking kawali sa katamtamang init. Brown sa loob nito ang karne ng baka sa loob ng 12 min. Itapon ang labis na mantika.

e) Idagdag ang taco seasoning at ihalo nang mabuti. Itabi ang halo upang tuluyang mawala ang init.

f) Kumuha ng malaking mixing bowl: Ihalo dito ang salsa, ranch dressing, bell peppers, green onions, jalapenos, at black olives.

g) Idagdag ang pasta na may nilutong baka, Cheddar cheese, at dressing mix. Haluing mabuti ang mga ito. Maglagay ng isang piraso ng plastic wrap sa ibabaw ng mangkok ng salad. Ilagay ito sa refrigerator sa loob ng 1 h 15 min.

5. Crimini Pasta Bake

Gumagawa: 6

MGA INGREDIENTS:
- 8 h crimini mushroom
- 1/3 tasa ng parmesan cheese, gadgad
- 1 tasa ng broccoli floret
- 3 kutsarang herbes de provence
- 1 tasang spinach, sariwang dahon, mahigpit na nakaimpake
- 2 kutsarang extra virgin olive oil
- 2 pulang kampanilya peppers, julienned
- 1 kutsarang asin
- 1 malaking sibuyas, tinadtad
- 1/2 kutsarang paminta
- 1 tasang mozzarella cheese, ginutay-gutay
- 1 tasang tomato sauce
- 2/3 lb. pasta

MGA TAGUBILIN:

a) Bago ka gumawa ng anumang bagay, itakda ang oven sa 450 F. Pahiran ng mantika o cooking spray ang isang casserole dish.

b) Kumuha ng malaking mixing bowl: Ihagis ang mga mushroom, broccoli, spinach, pepper, at sibuyas sa loob nito.

c) Magdagdag ng 1 kutsara ng langis ng oliba, asin, paminta at ihagis muli ang mga ito.

d) Ikalat ang mga gulay sa ulam na may mantika at lutuin ito sa oven sa loob ng 10 minuto.

e) Lutuin ang pasta hanggang sa maging dente. Alisan ng tubig ang pasta at itabi.

f) Kumuha ng malaking mixing bowl: Paghaluin ang 1 kutsarang langis ng oliba na may mga inihurnong gulay, pasta, herbs at mozzarella cheese. Ikalat muli ang halo sa casserole dish.

g) Budburan ang keso sa ibabaw at lutuin ito ng 20 minuto. Ihain ito nang mainit at magsaya.

6.Fusilli na may Sun-Dried Tomatoes

Gumagawa: 6

MGA INGREDIENTS:
- 8 ounces ng Vegetable-Flavored Fusilli o Rotelle
- 1 kutsarang Virgin Olive Oil
- 1/2 kutsarita ng Hot Pepper Flakes
- 2 malalaking Garlic Cloves, tinadtad
- 2 berdeng sibuyas, tinadtad
- 2 kutsara ng Sun-Dried Tomatoes, tinadtad
- 1 kutsara ng Tinadtad na Gingerroot
- 1 kutsara ng Grated Orange Zest
- 1 kutsara ng Tomato Paste
- 1/2 tasa ng Canned Italian Plum Tomatoes, pinatuyo at tinadtad
- 1/4 tasa ng Chicken Broth
- Asin at paminta para lumasa
- 2 kutsarang tinadtad na Chives
- 1 kutsarita ng Sesame Oil

MGA TAGUBILIN:

a) Magsimula sa pamamagitan ng pagpapakulo ng isang malaking palayok ng tubig. Lutuin ang pasta hanggang sa umabot sa al dente texture, karaniwang 8 hanggang 10 minuto. Pagkatapos, alisan ng tubig ang pasta sa isang colander at itabi ito.

b) Sa isang malaking non-stick skillet, painitin ang virgin olive oil. Idagdag ang mainit na paminta na mga natuklap, tinadtad na bawang, tinadtad na berdeng sibuyas, mga kamatis na pinatuyong araw, gingerroot, at gadgad na orange zest. Haluin ang halo na ito nang halos isang minuto.

c) Idagdag ang nilutong pasta sa kawali at magprito ng karagdagang minuto.

d) Isama ang tomato paste, tinadtad na plum tomato, sabaw ng manok, asin, at paminta. Paghaluin nang lubusan ang lahat ng sangkap at lutuin hanggang sa uminit ang lahat.

e) Upang matapos, palamutihan ang ulam ng tinadtad na chives at lagyan ng sesame oil.

f) I-enjoy ang iyong malasang Fusilli na may Sun-Dried Tomatoes!

7. One-Skillet Ground Beef at Pasta

Gumagawa: 4

MGA INGREDIENTS:
- 1 kutsara ng extra-virgin olive oil
- 1 libra ng 90% lean ground beef
- 8 ounces ng mushroom, pinong tinadtad o pinopulso
- 1/2 tasa ng tinadtad na sibuyas
- 1 15-onsa na lata ng sarsa ng kamatis na walang idinagdag na asin
- 1 tasa ng tubig
- 1 kutsara ng Worcestershire sauce
- 1 kutsarita ng Italian seasoning
- 3/4 kutsarita ng asin
- 1/2 kutsarita ng pulbos ng bawang
- 8 ounces ng whole-wheat rotini o fusilli
- 1/2 tasa ng ginutay-gutay na sobrang matalas na Cheddar cheese
- 1/4 tasa ng tinadtad na sariwang basil para sa dekorasyon

MGA TAGUBILIN:

a) Magsimula sa pamamagitan ng pag-init ng extra-virgin olive oil sa isang malaking kawali sa katamtamang init. Idagdag ang giniling na baka, tinadtad na mushroom, at tinadtad na sibuyas. Lutuin at haluin hanggang ang karne ng baka ay hindi na pink at ang mushroom liquid ay halos sumingaw na, na tumatagal ng mga 8 hanggang 10 minuto.

b) Haluin ang tomato sauce, tubig, Worcestershire sauce, Italian seasoning, asin, at pulbos ng bawang.

c) Idagdag ang pasta sa kawali at pakuluan ito.

d) Takpan ang kawali, bawasan ang apoy, at lutuin, paminsan-minsang pagpapakilos, hanggang sa lumambot ang pasta at masipsip ang karamihan sa likido. Ito ay karaniwang tumatagal ng humigit-kumulang 16 hanggang 18 minuto.

e) Budburan ang pasta ng ginutay-gutay na Cheddar cheese, takpan ang kawali, at ipagpatuloy ang pagluluto hanggang sa matunaw ang keso, na karaniwang tumatagal ng 2 hanggang 3 minuto.

f) Kung ninanais, palamutihan ang ulam na may tinadtad na sariwang basil bago ihain.

g) I-enjoy ang iyong one-skillet ground beef at pasta meal! Huwag mag-atubiling mag-eksperimento sa iba't ibang uri ng keso tulad ng mozzarella, provolone, o Asiago para sa kakaibang flavor twist.

8. One-Pot Chicken Fusilli

Gumagawa: 4

MGA INGREDIENTS:
- 2 kutsarang langis ng oliba
- 1 libra ng walang buto, walang balat na dibdib ng manok, nakakubo
- 3 cloves ng bawang, tinadtad
- 1/2 kutsarita ng Italian seasoning
- 1 karton ng Chicken Broth
- 2 medium na kamatis, tinadtad
- 12 ounces ng hilaw na fusilli pasta
- 1 katamtamang pulang paminta, diced
- 2 kutsara ng grated Parmesan cheese

MGA TAGUBILIN:

a) Sa isang malaking kasirola, init ang langis ng oliba sa medium-high heat. Idagdag ang cubed na manok at lutuin ng 5 minuto, haluin paminsan-minsan, hanggang sa ito ay maging kayumanggi. Ihalo ang tinadtad na bawang at Italian seasoning; lutuin at haluin ng 30 segundo.

b) Ihalo ang sabaw ng manok at tinadtad na kamatis; haluing mabuti. Idagdag ang fusilli pasta at pakuluan. Bawasan ang apoy sa katamtaman, at hayaang kumulo ito nang malumanay, walang takip, paminsan-minsang pagpapakilos, sa loob ng 8 minuto.

c) Haluin ang diced red peppers. Magluto ng mga 4 na minuto o hanggang sa lumambot ang pasta at paminta, at ang manok ay luto na. Haluin ang gadgad na keso.

9. One-Pot Chicken at Veggie Fusilli

Gumagawa: 2

MGA INGREDIENTS:
- 1 tangkay ng kintsay
- 1 karot
- 1 pakete ng diced chicken
- 1 pakete ng fusilli
- 1 sachet ng chicken-style stock powder
- 1/2 pakete ng cream
- 1 bag ng dahon ng baby spinach
- 1 bag ng perehil
- 1 kurot ng chilli flakes (kung ginagamit)
- 1 sachet ng Aussie spice blend
- Langis ng oliba
- 2 tasa ng kumukulong tubig

MGA TAGUBILIN:
a) Magsimula sa pagpapakulo ng takure. Pinong tumaga ang kintsay at lagyan ng rehas ang karot. Ito ay isang hakbang kung saan ang mga matatandang bata, sa ilalim ng pangangasiwa ng mga nasa hustong gulang, ay maaaring makatulong sa pag-regad ng karot.
b) Sa isang malaking kasirola, magpainit ng isang ambon ng langis ng oliba sa mataas na apoy. Kapag mainit na ang mantika, lutuin ang tinadtad na manok na may kaunting asin at paminta, paminsan-minsang ihahagis hanggang sa ito ay maging kayumanggi at maluto, na tumatagal ng mga 5-6 minuto. Ilipat ang manok sa isang plato. Ibalik ang kasirola sa katamtamang init na may isa pang ambon ng langis ng oliba. Lutuin ang kintsay at karot hanggang sa lumambot, mga 4-5 minuto.
c) Idagdag ang timpla ng Aussie spice sa kawali at lutuin hanggang sa mabango ito, mga 1 minuto. Idagdag ang fusilli, chicken-style stock powder, ang kumukulong tubig (2 tasa para sa 2 tao), at ibalik ang nilutong manok sa kawali, haluin upang pagsamahin. Dalhin ito sa isang pigsa, pagkatapos ay bawasan ang apoy sa medium-low. Takpan gamit ang isang takip at kumulo, paminsan-minsang pagpapakilos, hanggang ang fusilli ay 'al dente,' na tumatagal ng mga 12-14 minuto. Alisin ang takip mula sa kawali, pagkatapos ay haluin ang cream at dahon ng baby spinach, kumulo hanggang sa bahagyang lumapot ang timpla at nalanta ang spinach, mga 1-2 minuto. Timplahan ng asin at paminta.
d) Hatiin ang one-pot creamy chicken at veggie fusilli sa pagitan ng mga bowl. Palamutihan ng isang kurot ng chilli flakes (kung gagamit), at punitin ang perehil upang ihain. Masiyahan sa iyong pagkain!
e) Para sa maliliit na lutuin, maaari nilang idagdag ang panghuling ugnay at punitin ang perehil.

PENNE PASTA

10. Lemon Chicken Penne Pasta

Gumagawa: 4

MGA INGREDIENTS:
- 8 ounces penne pasta
- 2 walang buto, walang balat na dibdib ng manok, gupitin sa kagat-laki ng mga piraso
- Asin at itim na paminta sa panlasa
- 2 kutsarang langis ng oliba
- 3 cloves ng bawang, tinadtad
- Sarap ng 1 lemon
- Juice ng 1 lemon
- 1 tasang sabaw ng manok
- 1 tasang mabigat na cream
- 1 kutsarita ng tuyo na thyme
- ½ tasang gadgad na Parmesan cheese
- sariwang perehil, tinadtad (para sa dekorasyon)

MGA TAGUBILIN:

a) Lutuin ang penne pasta ayon sa mga tagubilin sa pakete hanggang sa al dente. Patuyuin at itabi.

b) Timplahan ng asin at itim na paminta ang mga piraso ng dibdib ng manok ayon sa panlasa.

c) Sa isang malaking kawali, init ang langis ng oliba sa medium-high heat. Idagdag ang mga piraso ng dibdib ng manok sa kawali at lutuin hanggang sila ay maging kayumanggi at maluto, mga 6-8 minuto. Alisin ang nilutong manok sa kawali at itabi.

d) Sa parehong kawali, idagdag ang tinadtad na bawang at igisa ng halos 1 minuto hanggang mabango.

e) Idagdag ang lemon zest, lemon juice, at sabaw ng manok sa kawali. Haluing mabuti, i-scrape ang ilalim ng kawali upang palabasin ang anumang browned bits.

f) Bawasan ang init sa mababang at ibuhos sa mabigat na cream. Haluin ang pinatuyong thyme. Pakuluan ang sauce ng mga 5 minuto hanggang lumapot ito ng bahagya.

g) Idagdag ang nilutong penne pasta at nilutong manok pabalik sa kawali. Haluing mabuti para malagyan ng sauce ang pasta at manok.

h) Budburan ang grated Parmesan cheese sa pasta at haluin hanggang matunaw ang keso at maging creamy ang sauce.

i) Alisin ang kawali mula sa init. Tikman at ayusin ang pampalasa na may asin at itim na paminta kung kinakailangan.

j) Ihain ang Lemon Chicken Penne Pasta na mainit, pinalamutian ng tinadtad na sariwang perehil.

k) Ibuhos ang anumang natitirang lemon juice sa itaas.

11. Three-Cheese Meatball Mostaccioli

sangkap
- 1 pakete (16 onsa) mostaccioli
- 2 malalaking itlog, bahagyang pinalo
- 1 karton (15 onsa) part-skim ricotta cheese
- 1-pound ground beef
- 1 katamtamang sibuyas, tinadtad
- 1 kutsarang brown sugar
- 1 kutsarang Italian seasoning
- 1 kutsarita ng bawang pulbos
- 1/4 kutsarita ng paminta
- 2 garapon (24 ounces bawat isa) pasta sauce na may karne
- 1/2 tasa gadgad na Romano cheese
- 1 pakete (12 ounces) frozen na ganap na lutong Italian meatballs, lasaw
- 3/4 tasa na inahit na Parmesan cheese
- Tinadtad na sariwang parsley o sariwang baby arugula, opsyonal

MGA TAGUBILIN:
a) Painitin ang hurno sa 350°. Magluto ng mostaccioli ayon sa mga direksyon ng pakete para sa al dente; alisan ng tubig. Samantala, sa isang maliit na mangkok, paghaluin ang mga itlog at ricotta cheese.

b) Sa isang 6-qt. stockpot, lutuin ang karne ng baka at sibuyas ng 6-8 minuto o hanggang sa hindi na kulay rosas ang karne ng baka, hinahati-hati ang karne ng baka; alisan ng tubig. Haluin ang brown sugar at mga panimpla. Magdagdag ng pasta sauce at mostaccioli; ihagis upang pagsamahin.

c) Ilipat ang kalahati ng pinaghalong pasta sa isang greased na 13x9-in. baking dish. Layer na may ricotta mixture at natitirang pasta mixture; budburan ng Romano cheese. Itaas ang mga meatball at Parmesan cheese.

d) Maghurno, walang takip, 35-40 minuto o hanggang sa uminit. Kung ninanais, itaas na may perehil.

12. Pinausukang Salmon Pasta

Gumagawa: 8

MGA INGREDIENTS:
- 16 oz. penne pasta
- ¼ tasang mantikilya
- 1 maliit, tinadtad na sibuyas
- 3 tinadtad na sibuyas ng bawang
- 3 kutsarang harina
- 2 tasang light cream
- ½ tasang puting alak
- 1 kutsarang lemon juice
- ½ tasang gadgad na Romano cheese
- 1 tasang hiniwang mushroom
- ¾ lb. tinadtad na pinausukang salmon

MGA TAGUBILIN:

a) Lutuin ang pasta sa isang palayok ng inasnan na tubig sa loob ng 10 minuto. Alisan ng tubig.

b) Matunaw ang mantikilya sa isang kawali at igisa ang sibuyas at bawang sa loob ng 5 minuto.

c) Paghaluin ang harina sa pinaghalong mantikilya at patuloy na haluin ng 2 minuto.

d) Dahan-dahang idagdag ang light cream.

e) Dalhin ang likido sa ibaba lamang ng kumukulo.

f) Haluin ang keso at patuloy na haluin hanggang sa maging makinis ang timpla, mga 3 minuto.

g) Idagdag ang mga mushroom at kumulo ng 5 minuto.

h) Ilipat ang salmon sa kawali at lutuin ng 3 minuto.

i) Ihain ang pinaghalong salmon sa ibabaw ng penne pasta.

13. Panne alla vodka

Gumagawa: 8

MGA INGREDIENTS:
- 4 na kutsarang inasnan na mantikilya
- 2 sibuyas ng bawang, tinadtad o gadgad
- ½ kutsarita na durog na pulang paminta na mga natuklap
- ½ tasa ng vodka
- 1 (28-ounce) na lata ng dinurog na kamatis, tulad ng San Marzano o Pomi tomatoes
- ½ tasa ng pinatuyong araw na mga kamatis na nakaimpake sa langis ng oliba, pinatuyo at tinadtad
- Kosher na asin at sariwang giniling na paminta
- ¾ tasa ng mabibigat na cream
- 1 (1-pound) box penne
- 1 tasang gadgad na Parmesan cheese, at higit pa para sa paghahatid
- Sariwang basil, para sa paghahatid

MGA TAGUBILIN:

a) Sa isang malaking kasirola, pagsamahin ang mantikilya, bawang, at pulang paminta sa katamtamang apoy. Magluto, madalas na pagpapakilos, hanggang sa matunaw ang mantikilya at mabango ang bawang, mga 5 minuto. Idagdag ang vodka at dalhin sa isang kumulo. Lutuin hanggang mabawasan ng isang-katlo, 2 hanggang 3 minuto pa. Idagdag ang mga durog na kamatis, mga kamatis na pinatuyo sa araw, at isang malaking kurot ng asin at paminta. Pakuluan ang sarsa sa katamtamang init hanggang sa bahagyang bumaba, 10 hanggang 15 minuto. Ilipat ang sarsa sa isang blender o gumamit ng isang immersion blender upang katas ang sarsa hanggang makinis, 1 minuto. Haluin ang cream hanggang sa pinagsama.

b) Samantala, magdala ng isang malaking kasirola ng inasnan na tubig sa isang pigsa sa mataas na init. Idagdag ang penne at lutuin ayon sa mga direksyon ng pakete, hanggang sa al dente. Alisan ng tubig at idagdag ang pasta at Parmesan sa sarsa, ihagis upang pagsamahin.

c) Para sa tradisyonal na paghahatid, hatiin ang pasta sa walong plato o mangkok. Palamutihan ng basil at Parmesan.

14. Nutty Chicken Pasta

Gumagawa: 4

MGA INGREDIENTS:
- 6 na hiwa ng bacon
- 1 (6 oz.) garapon na inatsarang artichoke na puso, pinatuyo
- 10 sibat ng asparagus, pinutol ang mga dulo at tinadtad nang magaspang
- 1/2 (16 oz.) na pakete ng rotini, siko, o penne
- 1 nilutong dibdib ng manok, cubed pasta
- 1/4 tasa ng pinatuyong cranberry
- 3 kutsarang low-fat mayonnaise
- 1/4 tasa toasted sliced almonds
- 3 kutsarang balsamic vinaigrette salad dressing
- Asin at paminta para lumasa
- 2 kutsarita ng lemon juice
- 1 kutsarita ng Worcestershire sauce

MGA TAGUBILIN:
a) Maglagay ng malaking kawali sa katamtamang init. Lutuin dito ang bacon hanggang sa maging malutong. Alisin ito mula sa labis na mantika. Durugin ito at ilagay sa isang tabi.
b) Lutuin ang pasta ayon sa mga direksyon sa pakete.
c) Kumuha ng maliit na mixing bowl: Pagsamahin dito ang mayo, balsamic vinaigrette, lemon juice, at Worcestershire sauce. Haluin silang mabuti.
d) Kumuha ng malaking mixing bowl: Ihagis dito ang pasta na may dressing. Idagdag ang artichoke, manok, cranberries, almond, crumbled bacon, at asparagus, isang kurot ng asin at paminta.
e) Haluing mabuti ang mga ito. Palamigin ang salad sa refrigerator para sa 1 h 10 min pagkatapos ay ihain ito.

15. Penne Beef Bake

MGA INGREDIENTS:
- 1 pakete (12 ounces) whole wheat penne pasta
- 1-pound lean ground beef (90% lean)
- 2 medium zucchini, makinis na tinadtad
- 1 malaking berdeng paminta, pinong tinadtad
- 1 maliit na sibuyas, pinong tinadtad
- 1 garapon (24 ounces) spaghetti sauce
- 1-1/2 tasa ng pinababang taba na sarsa ng Alfredo
- 1 tasang ginutay-gutay na part-skim mozzarella cheese, hinati
- 1/4 kutsarita ng bawang pulbos
- Tinadtad na sariwang perehil, opsyonal

MGA TAGUBILIN:

a) Magluto ng penne ayon sa mga direksyon ng pakete. Samantala, sa isang Dutch oven, lutuin ang karne ng baka, zucchini, paminta at sibuyas sa katamtamang init hanggang ang karne ay hindi na kulay-rosas, sinira ito sa mga crumble; alisan ng tubig. Haluin ang spaghetti sauce, Alfredo sauce, 1/2 cup mozzarella cheese at garlic powder. Alisan ng tubig ang penne; haluin sa halo ng karne.

b) Ilipat sa isang 13x9-in. baking dish na pinahiran ng cooking spray. Takpan at maghurno sa 375° sa loob ng 20 minuto. Budburan ng natitirang mozzarella cheese. Maghurno, walang takip, 3-5 minuto pa o hanggang matunaw ang keso. Kung ninanais, itaas na may perehil.

16. Cheesy Chicken Cream Pasta

Gumagawa: 6

MGA INGREDIENTS:
- 1 1/2 tasa ng harina, dagdag pa
- 1 pulang paminta, hiwa ng julienne
- 1 kutsarang harina
- 1/2 tasa puting alak
- 1 kutsarang asin
- 1/2 lb. buong dahon ng spinach, may tangkay
- 2 kutsarita ng itim na paminta
- 12 fluid oz. mabigat na cream
- 2 kutsarita ng Italian herb seasoning
- 1 tasa ng parmesan cheese, gadgad
- 3 lbs. walang buto na walang balat na dibdib ng manok
- 3 likido oz. langis ng gulay, hinati
- 1 lb. penne pasta
- 1 kutsarang bawang, tinadtad

MGA TAGUBILIN:

a) Bago ka gumawa ng anumang bagay, itakda ang oven sa 350 F.

b) Kumuha ng mababaw na ulam: Paghaluin dito ang 1 1/2 tasa ng harina, asin, itim na paminta, at Italian herb seasoning.

c) Maglagay ng malaking oven-proof na kawali sa katamtamang init pagkatapos ay painitin ito ng kaunting mantika.

d) Pahiran ang mga dibdib ng manok ng pinaghalong harina pagkatapos ay i-brown ito sa kawali ng 4 min sa bawat panig. Ilipat ang kawali na may manok sa oven at lutuin ito ng 17 min.

e) Lutuin ang penne pasta sa pamamagitan ng pagsunod sa mga direksyon sa pakete hanggang sa ito ay maging dente.

f) Patuyuin ito at ilagay sa isang tabi.

g) Upang gawin ang sarsa:

h) Maglagay ng malaking kasirola sa katamtamang init. Idagdag dito ang 1 oz. ng langis. Lutuin dito ang pulang paminta na may bawang sa loob ng 1 min. Haluin ang harina.

i) Haluin ang alak at pakuluan ang mga ito ng 1 min. Idagdag ang cream at spinach pagkatapos ay lutuin hanggang magsimulang kumulo. Haluin ang keso hanggang matunaw.

j) Kumuha ng malaking mixing bowl: Ihagis ang pasta na may 1/2 ng sauce. Ihain ang pasta na mainit-init kasama ng manok pagkatapos ay ibuhos ang natitirang sauce sa ibabaw.

17. Inihurnong penne na may mga bola-bola ng pabo

SANGKAP S :
- 1 libra Ground turkey
- 1 malaking sibuyas ng bawang; tinadtad
- ¾ tasa ng sariwang mumo ng tinapay
- ½ tasa Pinong tinadtad na sibuyas
- 3 kutsarang Pine nuts; toasted
- ½ tasa tinadtad na sariwang dahon ng perehil
- 1 malaking Itlog; pinalo ng mahina
- 1 kutsarita ng Asin
- 1 kutsarita Black pepper
- 4 na kutsarang langis ng oliba
- 1 libra Penne
- 1½ tasa ng magaspang na gadgad na mozzarella cheese
- 1 tasang bagong gadgad na Romano cheese
- 6 tasang Tomato sauce
- 1 Lalagyan; (15 oz.) ricotta cheese

MGA TAGUBILIN:

a) Sa isang mangkok, haluing mabuti ang pabo, bawang, mumo ng tinapay, sibuyas, pine nuts, perehil, itlog, asin, at paminta at bumuo ng mga bola-bola at magluto .

b) Magluto ng pasta

c) Sa isang maliit na mangkok paghaluin ang mozzarella at Romano. Kutsara ang humigit-kumulang 1½ tasa ng tomato sauce at kalahati ng mga bola-bola sa inihandang ulam at kutsara ang kalahati ng pasta sa ibabaw.

d) Ikalat ang kalahating natitirang sauce at kalahating cheese mixture sa pasta. Itaas ang mga natitirang bola-bola at ihulog ang mga dollops ng ricotta sa ibabaw ng mga bola-bola. Maghurno ng penne sa gitna ng oven 30 hanggang 35 minuto .

18. Klasikong Penne Pasta

Gumagawa: 8
MGA INGREDIENTS:
- 1 (16 oz.) na pakete ng penne pasta
- 2 (14.5 oz.) lata na hiniwang kamatis
- 2 kutsarang langis ng oliba
- 1 lb. hipon, binalatan at hiniwa
- 1/4 tasa diced pulang sibuyas
- 1 tasang gadgad na Parmesan cheese
- 1 kutsarang hiniwang bawang
- 1/4 tasa puting alak

MGA TAGUBILIN:
a) Pakuluan ang iyong pasta sa tubig at asin sa loob ng 9 minuto pagkatapos ay alisin ang mga likido.
b) Ngayon simulan upang pukawin ang iyong bawang at mga sibuyas sa mantika hanggang sa ang mga sibuyas ay malambot.
c) Pagkatapos ay idagdag ang mga kamatis at alak.
d) Pakuluan ang halo sa loob ng 12 minuto habang hinahalo. Pagkatapos ay idagdag ang hipon at lutuin ang lahat sa loob ng 6 na minuto.
e) Ngayon idagdag ang pasta at pukawin ang lahat nang pantay.

ROTINI PASTA

19. Hipon at Cherry Tomato Pasta Salad

Gumagawa: 6 na servings

MGA INGREDIENTS:
- ¾ Kilong hipon, pinakuluan hanggang kulay rosas, mga 2 minuto, at pinatuyo
- 12 ounces ng rotini pasta

GULAY
- 1 zucchini, tinadtad
- 2 dilaw na kampanilya peppers, quartered
- 10 kamatis ng ubas, hatiin
- ½ kutsarita ng asin
- ½ puting sibuyas, hiniwang manipis
- ¼ tasa ng itim na olibo, hiniwa
- 2 tasa Baby spinach

CREAMY SAUCE
- 4 na kutsarang unsalted butter
- 4 na kutsarang all-purpose na harina
- ½ kutsarita ng asin
- 1 kutsarita ng bawang pulbos
- 1 kutsarita ng sibuyas na pulbos
- 4 na kutsarang nutritional yeast
- 2 tasang gatas
- 2 kutsarang lemon juice

PARA SA PAGLILINGKOD
- Itim na paminta

INSTRUCTIONS :
PASTA:
a) Maghanda ng pasta al dente ayon sa mga direksyon sa kahon.
b) Alisan ng tubig, at pagkatapos ay ilagay sa isang tabi.
GULAY:
c) Maglagay ng kawali sa katamtamang init at magdagdag ng kaunting mantika.
d) Habang hinahalo paminsan-minsan, lutuin ang zucchini, bell peppers, sibuyas, at asin sa loob ng 8 minuto.
e) Idagdag ang mga kamatis at lutuin ng karagdagang 3 minuto, o hanggang malambot ang mga gulay.
f) Idagdag ang spinach at lutuin ng mga 3 minuto o hanggang malanta.
CREAMY SAUCE:
g) Sa isang palayok sa katamtamang init, matunaw ang mantikilya.
h) Idagdag ang harina at dahan-dahang ihalo upang lumikha ng isang makinis na i-paste.
i) Idagdag ang gatas at haluin muli.
j) Ihalo ang natitirang sangkap ng sarsa at kumulo ng mga 5 minuto.
PARA MAGTITIPON:
k) Pagsamahin ang nilutong hipon, nilutong pasta, mga gulay, itim na olibo, at creamy sauce sa isang serving bowl.
l) Palamutihan ng isang sprinkle ng basag na itim na paminta.

20. Sariwang Lemon Pasta

Gumagawa: 8

MGA INGREDIENTS:
- 1 (16 oz.) pakete na may tatlong kulay na rotini pasta
- 1 pakurot na asin at giniling na itim na paminta sa
- 2 kamatis, pinagbinhan at diced
- panlasa
- 2 mga pipino - binalatan, pinagbinhan, at
- 1 abukado, diced
- diced
- 1 hiwa ng lemon juice
- Maaaring hiwain ng 1 (4 oz.) ang itim na olibo
- 1/2 tasa Italian dressing, o higit pa sa panlasa
- 1/2 tasa ginutay-gutay na Parmesan cheese

MGA TAGUBILIN:

a) Lutuin ang pasta ayon sa mga direksyon sa pakete.

b) Kumuha ng malaking mixing bowl: Pagsamahin dito ang pasta, kamatis, cucumber, olive, Italian dressing, Parmesan cheese, asin, at paminta. Haluing mabuti ang mga ito.

c) Ilagay ang pasta sa refrigerator para sa 1 h 15 min.

d) Kumuha ng maliit na mangkok ng paghahalo: Haluin dito ang lemon juice na may avocado. Ihagis ang avocado na may pasta salad pagkatapos ay ihain ito.

e) Enjoy.

21. Cheesy Pepperoni Rotini Salad

Gumagawa: 8

MGA INGREDIENTS:
- 1 (16 oz.) pakete na may tatlong kulay na rotini pasta
- 1 (8 oz.) pakete ng mozzarella cheese
- 1/4 lb. hiniwang pepperoni sausage
- 1 tasa sariwang broccoli florets
- 1 (16 oz.) bote ng salad na istilong Italyano
- 1 (6 oz.) lata ng itim na olibo, pinatuyo
- pagbibihis

MGA TAGUBILIN:
a) Lutuin ang pasta ayon sa mga direksyon sa pakete.
b) Kumuha ng malaking mixing bowl: Ihagis dito ang pasta, pepperoni, broccoli, olives, cheese, at dressing.
c) Ayusin ang pampalasa ng salad at ilagay ito sa refrigerator para sa 1 h 10 min. Ihain ito.

22. Creamy Tomato Rotini Pasta sa Isang Palayok

Gumagawa: 4 na servings

MGA INGREDIENTS:
- 1 kutsarang langis ng oliba
- 3 cloves ng tinadtad na bawang
- 8 onsa ng rotini pasta (o anumang medium pasta)
- 14 na onsa ng de-latang diced na kamatis kasama ang kanilang katas
- 3 kutsara ng tomato paste
- 1 kutsarita ng Italian seasoning
- ½ kutsarita ng opsyonal na chili flakes
- Asin at paminta para lumasa
- 2 ½ - 3 tasa ng tubig o sabaw (mas marami kung kinakailangan)
- 2 tasa ng tinadtad at nilutong manok (ang natira o rotisserie na manok ay gumagana nang maayos)
- ⅔ tasa ng heavy cream
- 2 kutsara ng tinadtad na sariwang perehil
- 1 onsa ng ginutay-gutay na sariwang Parmesan cheese
- 1 ⅓ tasa ng ginutay-gutay na mozzarella cheese

MGA TAGUBILIN:
a) Init ang langis ng oliba sa isang malaking oven-proof na kawali, pagkatapos ay idagdag at lutuin ang tinadtad na bawang hanggang sa mabango.

b) Haluin ang hindi lutong pasta, mga de-latang kamatis, tomato paste, Italian seasoning, chili flakes (kung gumagamit), at 2 ½ tasa ng tubig. Hayaang kumulo nang walang takip hanggang sa maluto ang pasta, magdagdag ng mas maraming tubig kung kinakailangan (karaniwan ay mga 11-13 minuto; siguraduhing may sapat na likido upang makagawa ng sarsa).

c) Haluin ang manok at mabigat na cream. Hayaang kumulo ng karagdagang 2-3 minuto o hanggang sa bahagyang lumapot ang sarsa at uminit ang manok.

d) Alisin sa init at ihalo ang parsley at Parmesan cheese. Lagyan ng mozzarella cheese, pagkatapos ay iprito hanggang sa ito ay bubbly at bahagyang kayumanggi.

e) Tangkilikin ang iyong masarap at madaling gawin na creamy tomato rotini pasta!

23. Saucy Beef Rotini sa Isang Kaldero

Gumagawa: 4 na servings

MGA INGREDIENTS:
- 3/4 pound ng lean ground beef (90% lean)
- 2 tasa ng hiniwang sariwang mushroom
- 1 katamtamang sibuyas, tinadtad
- 3 sibuyas ng bawang, tinadtad
- 3/4 kutsarita ng Italian seasoning
- 2 tasa ng tomato basil pasta sauce
- 1/4 kutsarita ng asin
- 2 1/2 tasa ng tubig
- 3 tasa ng hilaw na whole wheat rotini (humigit-kumulang 8 ounces)
- 1/4 tasa ng grated Parmesan cheese

MGA TAGUBILIN:

a) Sa isang 6-quart stockpot, lutuin ang unang 5 sangkap sa katamtamang init hanggang sa hindi na pink ang karne ng baka, na tumatagal ng 6-8 minuto. Durugin ang karne ng baka at alisan ng tubig ang anumang labis na mantika.

b) Idagdag ang pasta sauce, asin, at tubig; dalhin ito sa isang pigsa. Haluin ang rotini at bumalik sa pigsa.

c) Bawasan ang init, takpan, at hayaang kumulo sa loob ng 8-10 minuto o hanggang ang pasta ay umabot sa al dente consistency, hinahalo paminsan-minsan.

d) Ihain na may sprinkle ng grated cheese.

e) Tangkilikin ang saucy beef rotini na ito na ginawa sa iisang kaldero, isang perpektong solusyon para sa araw ng spaghetti na walang magugulo na pagkain.

24. Chicken at Broccoli Rotini sa Isang Kaldero

Gumagawa: 8

MGA INGREDIENTS:
- 1 lb na walang buto na walang balat na dibdib ng manok
- 1 kutsarang langis ng oliba
- 1 tsp asin
- 1/2 tsp paminta
- 1 tsp pinatuyong oregano
- 4 na tasang low-sodium na sabaw ng manok
- 1 lb na hilaw na rotini o isang katulad na hugis na pasta
- 1 tasang mabigat na cream
- 1 tasang ginutay-gutay na parmesan cheese
- 2 tasang broccoli florets (steamed o 12 oz steam-in-bag frozen broccoli)
- 3 gadgad na sibuyas ng bawang

MGA TAGUBILIN:
a) Gupitin ang manok sa maliliit na piraso.
b) Init ang langis ng oliba sa isang 4.5-quart na malalim na palayok sa katamtamang init.
c) Magdagdag ng manok, oregano, bawang, asin, at paminta, at lutuin hanggang ang manok ay hindi na pink, na tumatagal ng mga 3-4 minuto.
d) Haluin ang hindi lutong pasta at sabaw, pakuluan, pagkatapos ay takpan at bawasan ang apoy sa medium-low.
e) Magluto ng 8-10 minuto, haluin sa kalahati, o hanggang ang pasta ay al dente.
f) Magdagdag ng cream, parmesan, at steamed broccoli.
g) Paghaluin ang lahat ng mga sangkap hanggang sa maging maganda at mag-atas.
h) Palamutihan ng karagdagang parmesan cheese at sariwang Italian parsley.
i) Tangkilikin ang mabilis at madaling creamy na manok at broccoli rotini dish, lahat ay ginawa sa isang palayok.

25. One-Pan Rotini na may Tomato Cream Sauce

Gumagawa: 6 na servings

MGA INGREDIENTS:
- 1 pound lean ground beef (90% lean)
- 1 katamtamang sibuyas, tinadtad
- 2 sibuyas ng bawang, tinadtad
- 1 kutsarita Italian seasoning
- 1/2 kutsarita ng paminta
- 1/4 kutsarita ng asin
- 2 tasang baka ng baka
- 1 lata (14-1/2 ounces) fire-roasted diced tomatoes, hindi pinatuyo
- 2 tasang hilaw na spiral pasta
- 1 tasang frozen na mga gisantes
- 1 tasang mabigat na whipping cream
- 1/2 tasa gadgad na Parmesan cheese

MGA TAGUBILIN:

a) Sa isang malaking kawali, lutuin ang karne ng baka at sibuyas sa katamtamang init hanggang sa hindi na kulay rosas ang karne ng baka at malambot na ang sibuyas, na tumatagal ng mga 5-10 minuto. Siguraduhing basagin ang karne ng baka, pagkatapos ay alisan ng tubig ang anumang labis na taba.

b) Magdagdag ng bawang at pampalasa, at lutuin ng karagdagang minuto.

c) Haluin ang beef stock at mga kamatis, pagkatapos ay pakuluan ang timpla.

d) Idagdag ang pasta at mga gisantes, pagkatapos ay bawasan ang apoy. Pakuluan, takpan, hanggang sa lumambot ang pasta, na karaniwang tumatagal ng 10-12 minuto.

e) Dahan-dahang ihalo ang cream at keso, ngunit mag-ingat na huwag hayaang kumulo.

f) I-enjoy ang iyong one-pan rotini na may tomato cream sauce, isang pagkain na inaprubahan ng pamilya na madaling ihanda at linisin!

26. Parmesan Rotini Skillet

Gumagawa: 8

MGA INGREDIENTS:
- 1 pound Italian pork sausage link, inalis ang mga casing
- 1 lata (15 oz bawat isa) O 1 karton (14.8 oz) Hunt's® Tomato Sauce
- 1 lata (14.5 oz bawat isa) Hunt's® Diced Tomatoes, hindi pinatuyo
- 2 tasang tubig
- 1/2 kutsarita ng pinatuyong dahon ng basil
- 1/2 kutsarita ng pinatuyong dahon ng oregano
- 3 tasang rotini pasta, hindi luto
- 1 tasang ricotta cheese
- 1/2 tasa Kraft® Grated Parmesan Cheese, hinati
- 1/2 kutsarita ng parsley flakes

MGA TAGUBILIN:

a) Durugin ang sausage sa isang malaki at malalim na kawali. Magluto ng 8 hanggang 10 minuto, o hanggang sa pantay na kayumanggi, madalas na pagpapakilos. Alisan ng tubig ang sausage, pagkatapos ay ibalik ito sa kawali.

b) Haluin ang sarsa ng kamatis, mga kamatis na walang tubig, tubig, basil, at oregano. Dalhin ang timpla sa isang pigsa. Idagdag ang pasta at ihalo. Takpan, pagkatapos ay kumulo sa katamtamang mababang init sa loob ng 18 hanggang 20 minuto, o hanggang ang pasta ay malambot, paminsan-minsang hinahalo.

c) Paghaluin ang ricotta, 1/4 cup Parmesan, at perehil. Kutsara ang halo na ito sa ibabaw ng pasta, pagkatapos ay dahan-dahang paikutin ito gamit ang isang kutsara. Budburan ang natitirang Parmesan sa itaas.

d) I-enjoy ang iyong masarap na Parmesan Rotini Skillet, isang mabilis at kasiya-siyang pagkain na ginawa sa isang kawali lang.

27. One-Pan Chicken Rotini

Gumagawa: 4

MGA INGREDIENTS:
- 1 Tbsp. langis ng oliba
- 1 tsp. tinadtad na bawang
- 8 oz. tuyong rotini pasta (2 tasa)
- 4 oz. mababang-taba cream cheese, cubed
- 1 tasa sako na ginutay-gutay na karot
- 2 tasang tinadtad na lutong manok (o ham)
- 2 lata (14.5 oz bawat isa) Green Beans With Mushrooms, pinatuyo
- 1/2 tasa gadgad na Parmesan cheese
- 1/4 tasa tinadtad na sariwang basil

MGA TAGUBILIN:

a) Init ang langis ng oliba sa isang malalim na 10-pulgada na kawali; magdagdag ng bawang at magluto ng 30 segundo, patuloy na pagpapakilos.

b) Maingat na magdagdag ng 3 1/2 tasa ng tubig, pakuluan ito. Haluin ang pasta, bumalik sa pigsa, at bawasan sa katamtamang init. Magluto sa mababang pigsa ayon sa mga direksyon ng pakete, madalas na pagpapakilos, hanggang sa ang pasta ay al dente, na karaniwang mas mahaba ng mga 2 minuto kaysa sa mga direksyon ng pakete. HUWAG MAG-DRAIN.

c) Ihalo ang cream cheese, carrots, manok (o ham), green beans, at Parmesan cheese. Magluto ng 4 na minuto o hanggang sa uminit, at ang mga karot ay malambot-malutong.

d) Haluin ang basil bago ihain.

e) I-enjoy ang iyong one-pan chicken rotini, isang masarap at mahusay na paraan para magamit ang mga natira at gumawa ng kasiya-siyang pagkain.

JUMBO SHELLS

28. Italian Sausage Stuffed Shells

Ginagawa: 4-6 Servings

MGA INGREDIENTS:

PARA SA PASTA:
- 24 jumbo pasta shell

PARA SA SAUSAGE MARINARA:
- 1 pound (450g) Italian sausage, inalis ang casing
- 1 maliit na sibuyas, pinong tinadtad
- 2 cloves ng bawang, tinadtad
- 28-onsa na lata ng dinurog na kamatis
- 1 kutsarita ng tuyo na basil
- 1 kutsarita ng tuyo na oregano
- Asin at itim na paminta, sa panlasa

PARA SA PALAMAN AT GARNISH:
- 2 tasang ricotta cheese
- 1 ½ tasang ginutay-gutay na mozzarella cheese
- ½ tasang gadgad na Parmesan cheese
- ¼ tasa sariwang perehil, tinadtad
- 1 itlog

PARA SA ASSEMBLY:
- Langis ng oliba para sa pagpapadulas

MGA TAGUBILIN:

PARA SA PASTA:

a) Painitin muna ang iyong oven sa 350°F (175°C).

b) Lutuin ang jumbo pasta shell ayon sa mga tagubilin sa pakete hanggang sa maging al dente na lang sila.

c) Alisan ng tubig at itabi ang mga ito upang palamig.

PARA SA SAUSAGE MARINARA:

d) Sa isang malaking kawali, magpainit ng kaunting olive oil sa medium-high heat.

e) Idagdag ang Italian sausage at lutuin hanggang sa ito ay browned at hindi na pink, paghiwa-hiwalayin ito gamit ang isang kutsara. Alisin ang anumang labis na taba.

f) Idagdag ang tinadtad na sibuyas at tinadtad na bawang sa kawali na may sausage at lutuin ng mga 2-3 minuto hanggang sa maging translucent ang sibuyas.

g) Haluin ang dinurog na kamatis, tuyo na basil, tuyo na oregano, asin, at itim na paminta.

h) Pakuluan ang sarsa ng mga 10 minuto upang hayaang maghalo ang mga lasa at bahagyang lumapot. Alisin ito mula sa init.

PARA SA STUFFING:
i) Sa isang mixing bowl, pagsamahin ang ricotta cheese, 1 tasa ng mozzarella cheese, ¼ cup ng Parmesan cheese, tinadtad na parsley, at ang itlog.
j) Haluing mabuti para mabuo ang pinaghalong palaman.

magtipun-tipon:
k) Pahiran ng langis ng oliba ang isang baking dish.
l) Ikalat ang isang manipis na layer ng sausage marinara sauce sa ilalim ng ulam.
m) Maingat na ilagay ang bawat nilutong pasta shell ng cheese mixture at ayusin ang mga ito sa inihandang baking dish.
n) Ibuhos ang natitirang marinara sauce sa mga stuffed shell.
o) Iwiwisik ang natitirang ½ tasa ng mozzarella cheese at anumang natitirang Parmesan cheese sa ibabaw ng mga shell.

MAGBAKE:
p) Takpan ang baking dish na may aluminum foil at maghurno sa preheated oven sa loob ng 20-25 minuto.
q) Alisin ang foil at ipagpatuloy ang pagbe-bake para sa isa pang 10 minuto, o hanggang ang keso ay bubbly at bahagyang ginintuang.
r) Hayaang lumamig ang ulam ng ilang minuto, pagkatapos ay ihain ang iyong Italian Sausage Stuffed Shells na mainit, pinalamutian ng karagdagang sariwang parsley kung gusto.

29. Spinach at three-cheese stuffed shell

Gumagawa: 6 hanggang 8

MGA INGREDIENTS:
- 2 kutsarang extra-virgin olive oil
- 1 pound ground spicy Italian sausage
- 2 (28-onsa) na lata na durog na kamatis, tulad ng San Marzano o Pomi tomatoes
- 1 pulang kampanilya na paminta, nabinhi at hiniwa
- 2 kutsarita ng tuyo na oregano
- ½ kutsarita ng dinurog na pulang paminta na mga natuklap, at higit pa kung kinakailangan
- Kosher na asin at sariwang giniling na paminta
- 1 (8-onsa) na bag na frozen na tinadtad na spinach, lasaw at pinisil tuyo
- 1 (1-pound) box na jumbo pasta shell
- 16 ounces whole-milk ricotta cheese
- 2 tasang ginutay-gutay na Gouda cheese
- 1 tasang sariwang dahon ng basil, tinadtad, at higit pa para sa paghahatid
- 8 ounces na sariwang mozzarella cheese, napunit

MGA TAGUBILIN:
a) Painitin muna ang oven sa 350°F.
b) Init ang langis ng oliba sa isang malaking oven-safe na kawali sa medium-high heat. Kapag ang mantika ay kumikinang, idagdag ang sausage at lutuin, paghiwa-hiwalayin ito gamit ang isang kahoy na kutsara, hanggang sa mag-brown, 5 hanggang 8 minuto. Bawasan ang apoy sa mababang at idagdag ang mga durog na kamatis, bell pepper, oregano, red pepper flakes, at isang kurot bawat isa ng asin at paminta. Pakuluan hanggang lumapot ng bahagya ang sarsa, 10 hanggang 15 minuto. Haluin ang spinach. Tikman at magdagdag ng higit pang asin, paminta, at red pepper flakes.
c) Samantala, magdala ng isang malaking kasirola ng inasnan na tubig sa isang pigsa sa mataas na init. Idagdag ang mga shell at lutuin ayon sa mga direksyon ng pakete, hanggang sa al dente. Patuyuin ng mabuti.
d) Sa isang medium bowl, pagsamahin ang ricotta, Gouda, at basil. Ilipat ang halo sa isang gallon-size na zip-top na bag. Itulak ang timpla sa isang sulok ng bag, pisilin ang hangin mula sa tuktok ng bag, at gupitin ang halos ½ pulgada mula sa sulok na iyon.
e) Paggawa nang paisa-isa, i-pipe ang tungkol sa 1 kutsara ng pinaghalong keso sa bawat shell, pagkatapos ay ilagay ang mga ito sa kawali. Budburan ang mga shell nang pantay na may mozzarella.
f) Ilipat ang kawali sa oven at maghurno hanggang sa matunaw ang keso at bahagyang browning sa ibabaw, 25 hanggang 30 minuto.

30. Decadent Spinach-Stuffed Shells

MGA INGREDIENTS:
- 1 pakete (12 ounces) jumbo pasta shell
- 1 garapon (24 ounces) inihaw na pulang paminta at garlic pasta sauce
- 2 pakete (8 ounces bawat isa) cream cheese, pinalambot
- 1 tasang inihaw na bawang Alfredo sauce
- Dash salt
- Dash paminta
- Dash durog na red pepper flakes, opsyonal
- 2 tasang ginutay-gutay na timpla ng Italian cheese
- 1/2 tasa gadgad na Parmesan cheese
- 1 pakete (10 ounces) frozen na tinadtad na spinach, lasaw at pinisil tuyo
- 1/2 tasa ng pinong tinadtad na mga pusong artichoke na puno ng tubig
- 1/4 tasa ng pinong tinadtad na inihaw na matamis na pulang paminta
- Karagdagang Parmesan cheese, opsyonal

MGA TAGUBILIN:

a) Painitin ang hurno sa 350°. Magluto ng mga pasta shell ayon sa mga direksyon ng pakete para sa al dente. Alisan ng tubig.

b) Ikalat ang 1 tasa ng sarsa sa isang greased na 13x9-in. baking dish. Sa isang malaking mangkok, talunin ang cream cheese, sarsa ng Alfredo at mga seasoning hanggang sa timpla. Haluin ang mga keso at gulay. Kutsara sa mga shell. Ayusin sa inihandang baking dish.

c) Ibuhos ang natitirang sauce sa ibabaw. Maghurno, sakop, 20 minuto. Kung ninanais, budburan ng karagdagang Parmesan cheese. Maghurno, walang takip, 10-15 minuto pa o hanggang matunaw ang keso.

31.Jumbo Pasta Shells na Puno ng Bawang

Gumagawa: 24 servings

MGA INGREDIENTS:
- 500 gramo ng Jumbo pasta shell, pinakuluan hanggang malambot at pinatuyo
- 6 na kutsarang Mantikilya
- 6 na sibuyas ng bawang, pinong tinadtad (na may isang pakurot ng asin)
- 500 gramo ng Ricotta cheese
- 250 gramo ng cottage cheese
- 1/4 tasa Grated Parmesan
- 6 Mga hiwa ng prosciutto, pinong tinadtad
- 6 na kutsarang harina
- 2 tasang Gatas
- 1 tasa ng mabigat na cream
- 1/2 tasa Bagong tinadtad na perehil
- 6 anchovy fillet, pinong tinadtad
- 3 kutsarang sariwang tinadtad na perehil
- 3 kutsarang sariwang basil, tinadtad
- 2 Mga pula ng itlog, pinalo
- Asin at paminta para lumasa

MGA TAGUBILIN:

a) Magsimula sa pamamagitan ng pagtunaw ng mantikilya sa isang kasirola sa mababang init. Idagdag ang pinong tinadtad na bawang at igisa hanggang sa magsimula na itong maging golden brown na kulay. Alisin mula sa init at idagdag ang harina.

b) Ibalik ang kasirola sa init at lutuin, patuloy na pagpapakilos sa loob ng dalawang minuto. Siguraduhin na ang harina ay hindi nagbabago ng kulay.

c) Alisin mula sa apoy at idagdag ang gatas at mabigat na cream nang sabay-sabay. Masiglang haluin hanggang sa maging makinis ang timpla. Ilagay ang kawali sa katamtamang init at idagdag ang parsley at bagoong.

d) Lutuin at ihalo palagi hanggang maabot ng sarsa ang pare-pareho ng mabigat na cream. Alisin sa init, at timplahan ng asin at paminta ayon sa panlasa. Panatilihin itong walang takip.

e) Sa isang malaking mixing bowl, pagsamahin ang ricotta, cottage cheese, Parmesan, parsley, basil, prosciutto, at pinalo na mga pula ng itlog. Magdagdag ng asin at paminta sa panlasa, at ihalo nang maigi.

f) Lagyan ng laman ang bawat jumbo shell ng isang bahagi ng pinaghalong keso. Dahan-dahang pindutin ang mahabang gilid ng bawat shell upang mapanatili ang orihinal na hugis nito bago pakuluan. Alisin ang anumang labis na pagpuno.

g) Ibuhos ang humigit-kumulang dalawang tasa ng sarsa sa ilalim ng isang baking dish na sapat na malaki upang mapaunlakan ang lahat ng 24 na shell sa isang solong layer. Ilagay ang mga pinalamanan na shell sa ulam, at ibuhos ang natitirang sarsa sa kanila.

h) Maghurno sa isang preheated oven sa 375 ° F sa loob ng 15 minuto. Ihain kaagad. I-enjoy ang iyong masarap na garlic-filled jumbo pasta shells!

32. Stovetop Stuffed Pasta Shells

Gumagawa: Humigit-kumulang 4 hanggang 6 na tao

MGA INGREDIENTS:
- 15 jumbo pasta shell
- 1 ½ tasa ng ricotta cheese
- 2 tasang gadgad na mozzarella cheese, hinati
- ¾ tasa gadgad na parmesan cheese, hinati
- 2 kutsarang sariwang dahon ng basil, halos tinadtad
- ½ kutsarita ng asin
- ¼ kutsarita ng itim na paminta
- 2 tasang marinara sauce

MGA TAGUBILIN:

a) Magsimula sa pamamagitan ng pagpapakulo ng isang malaking palayok ng inasnan na tubig. Idagdag ang iyong mga pasta shell sa palayok at lutuin ayon sa mga tagubilin sa pakete, na naglalayon para sa al dente.

b) Tip: Pakuluan ang ilang dagdag na shell kung gusto mong magkaroon ng mga backup kung sakaling mapunit o masira (mangyari ito!). Kung hindi ka maselan tungkol dito, magpatuloy at magpakulo ng eksaktong 15 shell.

c) Banlawan ang nilutong pasta shell sa ilalim ng malamig na tubig hanggang sa lumamig na ang mga ito, pagkatapos ay alisan ng tubig. Itabi ang mga ito habang inihahanda mo ang pagpuno ng keso.

d) Sa isang medium-sized na mangkok, pagsamahin ang ricotta, 1 tasa ng mozzarella, ½ tasa ng parmesan, basil, asin, at paminta. Haluin hanggang ang lahat ng mga sangkap ay mahusay na pinaghalo.

e) Punan ang bawat shell ng humigit-kumulang 1 hanggang 2 kutsara ng pinaghalong keso. Siguraduhing i-pack nang mahigpit ang palaman upang maiwasan itong matunaw at matapon habang nagluluto. Magpatuloy hanggang mapuno ang lahat ng mga shell.

f) Ibuhos ang iyong marinara sauce sa isang malaking kawali na may matataas na gilid. Maingat na ayusin ang mga pinalamanan na shell sa kawali, siguraduhin na ang mga tuktok ng mga shell ay nananatili sa itaas ng sarsa (pinipigilan nito ang pagpuno ng keso na matunaw sa sarsa, bagaman ito ay masarap pa rin).

g) Iwiwisik ang natitirang 1 tasa ng mozzarella at ¼ tasa ng parmesan cheese sa ibabaw ng mga shell. Takpan ang kawali at ilagay ito sa isang stovetop burner na nakatakda sa medium-low heat. Lutuin hanggang sa matunaw ang keso sa itaas, at ang mga shell ay pinainit, na karaniwang tumatagal ng mga 10 minuto.

h) I-enjoy ang iyong masarap na stovetop stuffed pasta shells!

33. Vegetarian Skillet Stuffed Shells

MGA INGREDIENTS:
- 18 jumbo pasta shell (humigit-kumulang 6 oz.)
- 1 1/2 tsp. kosher salt, dagdag pa para sa pampalasa
- 2 Tbsp. extra-virgin olive oil
- 1/2 lb. crimini mushroom, hiniwa nang manipis
- 1 tsp. sariwang giniling na itim na paminta
- 1/2 tasa ng tuyong puting alak o vermouth
- 5 oz. sanggol spinach
- 6 na sibuyas ng bawang, hiniwa nang manipis
- 2 Tbsp. unsalted butter
- 3 tasang marinara sauce
- 1/2 tsp. dinurog na red pepper flakes
- 2 tasang whole-milk ricotta
- 3 oz. pinong gadgad na Parmesan (mga 1 tasa), at higit pa para sa paghahatid
- 3 Tbsp. makinis na tinadtad na oregano, hinati

MGA TAGUBILIN:

a) Lutuin ang mga pasta shell sa isang malaking palayok ng kumukulong, inasnan na tubig, paminsan-minsang hinahalo hanggang sa maging al dente ang mga ito, humigit-kumulang 9 minuto. Patuyuin at patakbuhin ang mga ito sa ilalim ng malamig na tubig upang ihinto ang pagluluto. Patuyuin muli.

b) Habang niluluto ang pasta, painitin ang langis ng oliba sa isang malaking kawali sa sobrang init. Idagdag ang manipis na hiniwang mushroom at lutuin, paminsan-minsang pagpapakilos, hanggang sa mailabas nila ang kanilang mga katas, pagkatapos ay maging tuyo at maitim na kayumanggi, na tumatagal ng mga 5-6 minuto. Timplahan ng itim na paminta at 1 tsp. ng asin. Bawasan ang init sa katamtaman, idagdag ang alak, at lutuin, pagpapakilos, hanggang sa ito ay mabawasan ng kalahati, na tumatagal ng 1-2 minuto. Idagdag ang baby spinach, takpan, at lutuin hanggang sa magsimula itong malanta, mga 1-2 minuto. Alisan ng takip at ipagpatuloy ang pagluluto, paminsan-minsang pagpapakilos, hanggang sa tuluyang matuyo ang spinach, at ang karamihan sa likido ay sumingaw, mga 2-4 minuto pa. Ilipat ang pinaghalong mushroom sa isang malaking mangkok at ireserba ang kawali.

c) Lutuin ang bawang at mantikilya sa nakalaan na kawali sa katamtamang init, pagpapakilos paminsan-minsan, hanggang sa ang bawang ay maging mabango at magsimulang maging kayumanggi, na tumatagal ng 2-3 minuto. Idagdag ang marinara sauce at red pepper flakes at pakuluan sa mahinang apoy. Magluto, pagpapakilos paminsan-minsan, hanggang sa ito ay uminit, mga 6-8 minuto.

d) Habang nagluluto ang sarsa, magdagdag ng ricotta, 3 oz. ng Parmesan, 2 Tbsp. ng oregano, at ang natitirang 1/2 tsp. ng asin sa pinaghalong mushroom at haluin upang pagsamahin. Kutsara tungkol sa 2 Tbsp. ng pinaghalong ricotta sa bawat shell, pinupunan ang mga ito sa kapasidad ngunit hindi overstuffing.

e) Ilagay ang mga pinalamanan na shell sa mainit na sarsa sa kawali. Takpan at lutuin sa katamtamang init hanggang sa uminit ang mga shell, 4-6 minuto. Alisin mula sa init at hayaang umupo ng 5 minuto. Budburan ng Parmesan at ang natitirang 1 Tbsp. ng oregano.

f) I-enjoy ang iyong nakakatuwang Vegetarian Skillet Stuffed Shells!

34. Taco-Stuffed Pasta Shells

Gumagawa: 8

MGA INGREDIENTS:
- 8 oz na hilaw na jumbo pasta shell (humigit-kumulang 24 na shell mula sa isang 12-oz na kahon)
- 1 lb lean (hindi bababa sa 80%) ground beef
- 1 pakete (1 oz) taco seasoning mix
- 1 lata (14.5 oz) na inihaw sa apoy na dinurog na mga kamatis, hindi pinatuyo
- 1 pakete (8 oz) ginutay-gutay na Mexican cheese blend (katumbas ng 2 tasa)
- 1 tasang diced plum (Roma) na kamatis
- 1/4 tasa tinadtad na sariwang cilantro

MGA TAGUBILIN:
a) Painitin muna ang iyong oven sa 350°F. Lutuin ang mga pasta shell ayon sa itinuro sa kahon at pagkatapos ay alisan ng tubig ang mga ito.
b) Sa isang 12-inch nonstick skillet, lutuin ang giniling na karne ng baka sa katamtamang init sa loob ng mga 5 minuto, madalas na pagpapakilos, hanggang sa ito ay ganap na maluto. Alisan ng tubig ang anumang labis na taba. Idagdag ang taco seasoning mix, durog na kamatis, at 1 tasa ng ginutay-gutay na keso. Haluing mabuti hanggang sa ganap na matunaw ang keso.
c) Punan ang bawat pasta shell ng humigit-kumulang 1 kutsara ng beef mixture at ilagay ang mga ito sa isang ungreased 13x9-inch (3-quart) glass baking dish. Itaas ang mga napunong shell na may diced plum tomatoes at tinadtad na cilantro, pagkatapos ay iwiwisik ang natitirang 1 tasa ng keso.
d) Maghurno ng 15 hanggang 20 minuto o hanggang sa uminit ang ulam, at ganap na natunaw ang keso. Ihain ang taco-stuffed pasta shell habang mainit ang mga ito.
e) Tangkilikin ang iyong kakaiba at katakam-takam na Taco-Stuffed Pasta Shells!

35. Summer Stuffed Shells

Gumagawa: 6 na tao

MGA INGREDIENTS:
- 20 hanggang 25 jumbo pasta shell, pinakuluang
- 2 kutsarang langis ng oliba
- 1 matamis na sibuyas, hiniwa
- 4 na sibuyas ng bawang, tinadtad
- 1 zucchini squash, tinadtad
- 2 tainga ng mais, mga butil na pinutol mula sa pumalo
- Kosher asin at paminta
- 15 ounces ricotta cheese
- 1 malaking itlog, bahagyang pinalo
- 2 tasang bagong gadgad na mozzarella o provolone na keso
- 1/2 tasa ng pinong gadgad na parmesan cheese, at dagdag para sa paghahatid
- 2/3 tasa ng pesto (mas mabuti basil pesto)
- 2 tasang marinara sauce
- Sariwang basil, para sa paghahatid

MGA TAGUBILIN:

a) Painitin muna ang iyong hurno sa 350 degrees F. Pakuluan ang mga pasta shell sa inasnan na tubig ayon sa mga tagubilin sa pakete. Kapag luto na, alisan ng tubig ang mga ito.

b) Init ang langis ng oliba sa isang Dutch oven na ligtas sa oven o cast iron skillet. Idagdag ang tinadtad na sibuyas at tinadtad na bawang, kasama ang isang pakurot ng asin at paminta. Magluto, madalas na pagpapakilos, hanggang sa bahagyang lumambot. Haluin ang tinadtad na zucchini at mais na may isa pang pakurot ng asin at paminta. Lutuin hanggang lumambot ang mga ito, na dapat tumagal ng mga 5 hanggang 6 na minuto. Patayin ang apoy at hayaang lumamig nang bahagya.

c) Sa isang malaking mangkok, pagsamahin ang ricotta cheese, pinalo na itlog, 1 tasa ng mozzarella cheese, parmesan cheese, at 1/3 tasa ng pesto. Magdagdag ng isang pakurot ng asin at paminta at ihalo hanggang sa maayos na pinagsama. Ilipat ang zucchini at corn mixture sa ricotta mixture at haluin hanggang sa ganap na pagsamahin.

d) Idagdag ang marinara sauce sa oven-safe pan kung saan niluto mo ang zucchini at corn mixture.

e) Kunin ang bawat jumbo pasta shell at punuin ito ng 2 hanggang 3 kutsara ng ricotta-pesto filling. Ilagay ang mga pinalamanan na shell sa marinara sauce sa kawali. Ulitin sa natitirang mga shell. Kung mayroon kang mga karagdagang shell, magdagdag ng ilang sarsa sa isang maliit na baking dish o kawali at ilagay ang mga shell doon.

f) Dot ang natitirang pesto sa ibabaw ng mga shell. Budburan ang natitirang mozzarella cheese sa ibabaw nila. Maghurno ng 25 hanggang 30 minuto, hanggang ang ulam ay mainit, ginintuang, at may bula.

g) Alisin ang kawali mula sa oven at hayaan itong umupo ng ilang minuto. Ibabaw na may dagdag na parmesan, sariwang basil, at higit pang pesto kung ninanais. Ihain at i-enjoy ang iyong masarap na summer stuffed shells!

LINGUINE PASTA

36. Romano Linguine Pasta Salad

Gumagawa: 6

MGA INGREDIENTS:
- 1 (8 oz.) na pakete ng linguine pasta
- 1/2 kutsarita ng red pepper flakes
- 1 (12 oz.) bag broccoli florets, gupitin sa mga piraso ng laki ng kagat
- 1/4 kutsarita ng ground black pepper
- asin sa panlasa
- 1/4 tasa ng langis ng oliba
- 4 na kutsaritang tinadtad na bawang
- 1/2 tasa ng pinong ginutay-gutay na Romano cheese
- 2 kutsarang pinong tinadtad na sariwang flat-leaf parsley

MGA TAGUBILIN:

a) Lutuin ang pasta ayon sa mga direksyon sa pakete.

b) Pakuluan ang isang palayok ng tubig. Maglagay ng steamer sa itaas. I-steam dito ang broccoli na may takip sa loob ng 6 min

c) Maglagay ng kasirola sa katamtamang init. Painitin ang mantika sa loob nito. Igisa dito ang bawang na may pepper flakes sa loob ng 2 min.

d) Kumuha ng malaking mixing bowl: Ilipat dito ang ginisang garlic mix na may pasta, broccoli, Romano cheese, parsley, black pepper, at asin. Haluin silang mabuti.

e) Ayusin ang pampalasa ng salad. Ihain ito kaagad.

f) Enjoy.

37. Lemon Ricotta Pasta na may Chickpeas

Gumagawa: 4

MGA INGREDIENTS:
- 8 onsa ng linguine pasta
- 1 tasang ricotta cheese
- 1 lata (15 ounces) chickpeas, pinatuyo at binanlawan
- 3 tasang Tuscan kale, inalis ang mga tangkay at halos tinadtad
- 2 kutsarang extra-virgin olive oil
- 3 sibuyas ng bawang, tinadtad
- 1 kutsarang lemon zest
- 2 kutsarang lemon juice
- Asin at paminta para lumasa
- Mga hiwa ng lemon, para sa dekorasyon

MGA TAGUBILIN:

a) Magsimula sa pamamagitan ng pagdadala ng maraming tubig na inasnan sa kumukulo sa isang malaking palayok. Sundin ang mga tagubilin sa pakete ng linguine at lutuin ito hanggang sa maabot nito ang nais na al dente texture.

b) Kapag luto na, alisan ng tubig ang pasta, ngunit siguraduhing magreserba ng humigit-kumulang ½ tasa ng tubig ng pasta. Itabi ang pasta at nakareserbang tubig.

c) Init ang ilang langis ng oliba sa isang malaking kawali sa katamtamang init. Idagdag ang tinadtad na bawang sa kawali at igisa ito ng humigit-kumulang 1 minuto hanggang sa ito ay maging mabango at bahagyang ginintuang.

d) Ipasok ang Tuscan kale sa kawali at lutuin ito ng humigit-kumulang 3-4 minuto, paminsan-minsang hinahalo, hanggang sa ito ay malanta at maging malambot.

e) Ibaba ang apoy sa mahinang kumulo at isama ang ricotta cheese, lemon zest, at lemon juice sa kawali. Haluing mabuti ang mga sangkap, siguraduhing magsama-sama ang mga ito upang makabuo ng makinis at mag-atas na sarsa.

f) Maingat na tiklupin ang mga chickpeas at ang nilutong linguine, siguraduhing pantay na nababalutan ang mga ito ng creamy sauce. Kung ang sarsa ay tila masyadong makapal, unti-unting magdagdag ng maliit na halaga ng nakareserbang tubig ng pasta upang makamit ang nais na pagkakapare-pareho.

g) Timplahan ng asin at paminta ang ulam ayon sa iyong panlasa. Hayaang maghalo ang mga lasa sa pamamagitan ng patuloy na paglulutò para sa karagdagang 2-3 minuto.

h) Alisin ang kawali mula sa init at hatiin ang Lemon Ricotta Linguine sa mga indibidwal na serving plate. Para sa dagdag na pagsabog ng lasa ng citrus, palamutihan ang bawat plato ng mga hiwa ng lemon.

i) Ihain kaagad ang ulam habang mainit pa ito at tamasahin ang sariwa at makulay nitong lasa.

j) Para sa isang perpektong saliw, ipares ang Lemon Ricotta Linguine na ito sa Chickpeas na may malutong na puting alak at ihain ito kasama ng ilang garlic bread para sa isang kasiya-siya at kumpletong pagkain.

38. Hipon Carbonara

Gumagawa: 6

MGA INGREDIENTS:
- ¼ tasa ng langis ng oliba, hinati
- 1 lb. chicken cube
- 4 na kutsarang tinadtad na bawang, hinati
- 1 kutsarita ng thyme
- 1 kutsarita ng oregano
- 1 kutsarita ng basil
- 1 lb. binalatan at na-devein na hipon
- 16 oz. linguine
- 6 hiniwang diced bacon
- Asin at paminta para lumasa
- 1 tinadtad na sibuyas
- 1 tasang hiniwang mushroom
- 1 tinadtad na pulang kampanilya paminta
- 2 tasang mabigat na cream
- 1 tasang gatas
- 1 ½ tasang gadgad na Parmesan cheese
- 2 pula ng itlog
- 1 tasang puting alak.

MGA TAGUBILIN:

a) Init ang 2 kutsarang olibo sa isang malaking kawali.
b) Igisa ang kalahati ng bawang at timplahan ng thyme, oregano, at basil.
c) Haluin ang manok at lutuin sa mababang init sa loob ng 10 minuto.
d) Ilagay ang manok sa isang pinggan at itabi.
e) Gamit ang parehong kawali, magpainit ng 2 kutsarang langis ng oliba at igisa ang natitirang bawang sa loob ng 2 minuto.
f) Haluin ang hipon at lutuin nang mahina sa loob ng 6 na minuto.
g) Ilipat ang hipon kasama ang manok.
h) Lutuin ang linguine sa isang palayok ng inasnan na tubig sa loob ng 12 minuto.
i) Muli, gamit ang parehong kawali, iprito ang bacon hanggang matapos, mga 5 minuto.
j) Alisan ng tubig ang bacon sa isang tuwalya ng papel at gumuho. Itabi.
k) Igisa ang sibuyas, bell pepper, at mushroom sa kawali na may taba ng bacon sa loob ng 5 minuto.
l) Pagsamahin ang mabibigat na cream, gatas, parmesan cheese, egg yolks, asin, at paminta sa isang mangkok.
m) Idagdag ang alak sa sibuyas, paminta, at kabute sa kawali at pakuluan.
n) Magluto sa mababang para sa 5 minuto.
o) Paghaluin ang pinaghalong mabigat na cream at kumulo ng 5 minuto.
p) Ibalik ang hipon at manok sa kawali at lagyan ng sauce.
q) Ihain ang hipon at manok kasama ng pasta.

39. Linguine at Clam Sauce

Gumagawa: 4

MGA INGREDIENTS:
- 16 oz. linguini
- 1 kutsarang langis ng oliba
- 1 tinadtad na sibuyas
- 5 tinadtad na sibuyas ng bawang
- ½ tasang mantikilya
- Asin at paminta para lumasa
- ¼ tasa ng tuyong puting alak
- ¼ tasang clam juice
- 1 ½ tasang tinadtad na kabibe
- 1 kutsarita red pepper flakes

MGA TAGUBILIN:

a) Lutuin ang linguini sa isang palayok ng inasnan na tubig sa loob ng 10 minuto. Alisan ng tubig.

b) Init ang langis ng oliba sa isang kawali at igisa ang sibuyas at bawang sa loob ng 5 minuto.

c) Idagdag ang mantikilya, asin, paminta, alak, at katas ng kabibe.

d) Kumulo ng 25 minuto. Ang sarsa ay dapat mabawasan at makapal.

e) Haluin ang mga kabibe at pakuluan ng 5 minuto.

f) Ilagay ang linguini sa isang mangkok at takpan ng clam sauce.

g) Ihain na nilagyan ng red pepper flakes.

ANGEL HAIR PASTA

40.One-Skillet Pasta

Gumagawa: 5 servings

MGA INGREDIENTS:
- 1-1/2 pounds ground turkey
- 1 katamtamang sibuyas, pinong tinadtad
- 1 medium sweet red pepper, pinong tinadtad
- 1 lata (28 ounces) diced na kamatis, hindi pinatuyo
- 1 lata (14-1/2 ounces) fire-roasted diced tomatoes, hindi pinatuyo
- 1 lata (14-1/2 ounces) reduced-sodium beef broth
- 1 lata (4 ounces) hiniwang mushroom, pinatuyo
- 1 kutsarang naka-pack na brown sugar
- 1 kutsarang sili na pulbos
- 8 ounces hilaw na angel hair pasta
- 1 tasang ginutay-gutay na cheddar cheese

MGA TAGUBILIN:

a) Sa isang malaking cast-iron o iba pang mabigat na kawali, lutuin ang pabo, sibuyas at paminta sa katamtamang init hanggang ang karne ay hindi na kulay rosas; alisan ng tubig.

b) Ilagay ang kamatis, sabaw, mushroom, brown sugar at chili powder. Pakuluan. Bawasan ang init; kumulo, walang takip, sa loob ng 30 minuto.

c) Magdagdag ng pasta; bumalik sa pigsa. Bawasan ang init; takpan at kumulo hanggang lumambot ang pasta, 30-35 minuto. Budburan ng keso. Takpan at lutuin hanggang matunaw ang keso, 2-3 minuto pa.

41. Angel Hair Shrimp Bake

SANGKAP S :
- 1 pakete (9 ounces) pinalamig na angel hair pasta
- 1-1/2 pounds na hilaw na hipon na hilaw, binalatan at hiniwa
- 3/4 tasa crumbled feta cheese
- 1/2 tasa ng ginutay-gutay na Swiss cheese
- 1 garapon (16 ounces) chunky salsa
- 1/2 tasa ginutay-gutay na Monterey Jack cheese
- 3/4 tasa tinadtad na sariwang perehil
- 1 kutsarita ng tuyo na basil
- 1 kutsarita ng tuyo na oregano
- 2 malalaking itlog
- 1 tasa kalahati-at-kalahating cream
- 1 tasang plain yogurt
- Tinadtad na sariwang perehil, opsyonal

MGA TAGUBILIN:

a) Sa isang greased 13x9-in. baking dish, layer kalahati ng pasta, hipon, feta cheese, Swiss cheese at salsa. Ulitin ang mga layer. Budburan ang Monterey Jack cheese, parsley, basil at oregano.

b) Sa isang maliit na mangkok, haluin ang mga itlog, cream at yogurt; ibuhos sa ibabaw ng kaserola. Maghurno, walang takip, sa 350° hanggang ang thermometer ay 160°, 25-30 minuto. Hayaang tumayo ng 5 minuto bago ihain. Kung ninanais, itaas na may tinadtad na perehil.

42. Shrimp Scampi Skillet

MGA INGREDIENTS:
- 5 Kutsarang Mantikilya
- 2 Kutsarang Olive Oil
- ½ buong Katamtamang sibuyas, Pinong Diced
- 4 na butil ng bawang, tinadtad
- 1-pound Large Shrimp, Binalatan at Deveined
- ½ tasang White Wine
- 4 na gitling Hot Sauce
- 2 buong Lemon, tinadtad
- Salt at Freshly Ground Black Pepper, Upang Tikman
- 8 ounces, timbang Angel Hair Pasta
- Tinadtad na sariwang Basil ayon sa panlasa
- Tinadtad na Sariwang Parsley, Upang Tikman
- ½ tasang Fresh Grated Parmesan Cheese

MGA TAGUBILIN:

a) Init ang langis ng oliba at tunawin ang mantikilya sa malaking kawali sa katamtamang init. Magdagdag ng mga sibuyas

b) at bawang at lutuin ng dalawa o tatlong minuto, o hanggang sa maging transparent ang mga sibuyas. Magdagdag ng hipon, pagkatapos ay haluin at magluto ng ilang minuto. Pigain sa lemon juice. Magdagdag ng alak, mantikilya, asin at paminta, at mainit na sarsa. Maaari kang magdagdag ng mas mainit na sarsa kung nais mo. Haluin at bawasan ang init sa mababang.

c) Itapon ang angel hair pasta sa kumukulong tubig. Magluto hanggang matapos/AL dente.

d) Alisan ng tubig, magreserba ng isa o dalawang tasa ng tubig ng pasta.

e) Alisin ang kawali mula sa init. Magdagdag ng pasta at ihagis, magdagdag ng isang splash ng pasta na tubig kung kailangan itong manipis. Tikman para sa mga pampalasa, pagdaragdag ng asin at paminta kung kinakailangan.

f) Ibuhos sa malaking serving platter at pagkatapos ay itaas na may sariwang gadgad na Parmesan cheese at tinadtad na perehil. Ihain kaagad. Enjoy.

GNOCCHI

43. One-Pan Creamy Chicken at Gnocchi

Gumagawa: 4 na servings

MGA INGREDIENTS:
- 1 1/2 lb. walang buto na walang balat na dibdib ng manok
- Kosher na asin
- Bagong giniling na itim na paminta
- 2 kutsarang extra-virgin olive oil (hinati)
- 1 maliit na shallot, diced
- 8 oz. baby bella mushroom, hiniwa
- 2 cloves ng bawang, tinadtad
- 2 tsp. sariwang dahon ng thyme
- 1 tsp. pinatuyong oregano
- 1 tasang low-sodium na sabaw ng manok
- 1 1/4 tasa kalahati at kalahati
- Kurot ng dinurog na red pepper flakes
- 1 (17-oz.) na pakete ng gnocchi
- 3/4 tasa ng ginutay-gutay na mozzarella
- 1/2 tasa ng sariwang gadgad na Parmesan
- 3 tasang naka-pack na baby spinach

MGA TAGUBILIN:

a) Timplahan ng asin at paminta ang manok sa magkabilang panig. Sa isang malaking kawali sa katamtamang init, init 1 kutsarang mantika. Idagdag ang manok at lutuin hanggang sa ito ay maging ginintuang, humigit-kumulang 4 na minuto bawat panig. Alisin ang manok mula sa kawali.

b) Bawasan ang init sa katamtaman at idagdag ang natitirang 1 kutsara ng mantika. Idagdag ang shallot at mushroom at lutuin hanggang sa maging ginintuang ito, na tumatagal ng mga 5 minuto. Magdagdag ng bawang, thyme, at oregano, at lutuin hanggang mabango, para sa isa pang minuto. Ibuhos ang sabaw ng manok at i-scrape ang anumang brown bits mula sa ilalim ng kawali. Dahan-dahang idagdag ang kalahati at kalahati. Dalhin ang timpla sa kumulo at timplahan ito ng asin, paminta, at isang kurot ng red pepper flakes. Haluin ang gnocchi at ibalik ang manok sa kawali. Hayaang kumulo hanggang sa ganap na maluto ang manok na may panloob na temperatura na 165°F, na dapat tumagal ng 8 hanggang 10 minuto. Haluin paminsan-minsan. Pagkatapos maluto ang manok, alisin ito sa kawali.

c) Idagdag ang mozzarella at Parmesan cheese at haluin hanggang matunaw. Pagkatapos, idagdag ang spinach at haluin hanggang matuyo.

d) Hiwain ang manok at ibalik ito sa kawali. Timplahan ng mas maraming asin at paminta sa panlasa.

44. Gnocchi na may herb pesto

Gumagawa: 1 servings

MGA INGREDIENTS:
- 6 quarts Maalat na tubig
- Gnocchi
- ½ tasa Stock ng manok o nakareserbang tubig sa pagluluto ng gnocchi
- 3 kutsara Walang asin na mantikilya
- 1 tasa Sitaw
- 6 na kutsara Herb Pesto
- Asin at paminta
- ½ tasang bagong gadgad na Parmigiano-Reggiano na keso

MGA TAGUBILIN:

a) Pakuluan ang inasnan na tubig at pagkatapos ay ilagay ang gnocchi. Magluto ng gnocchi, dahan-dahang pagpapakilos hanggang malambot, mga 1 minuto pagkatapos na tumaas ang mga ito sa ibabaw ng palayok.

b) Samantala, sa isang malaki at malalim na kawali, pakuluan ang stock at mantikilya sa katamtamang init. Idagdag ang beans at pesto at timplahan ng asin at paminta ayon sa panlasa. Pakuluan at alisin sa apoy.

c) Alisin ang gnocchi mula sa tubig at idagdag sa kawali. Painitin hanggang malagyan ng sauce. Alisin mula sa init at ihalo ang keso. Ihain kaagad.

45. Sage at Mascarpone Gnocchi

Gumagawa: 12
MGA INGREDIENTS:
- 1 lb. butternut squash
- 1/2 tasa unsalted butter
- 1 tasang mascarpone cheese
- 1 kurot ng cayenne pepper
- 1/2 tasa pinong gadgad na Parmigiano-Reggiano
- asin at itim na paminta sa panlasa
- keso
- 1/4 tasa ng sariwang hiwa ng sariwang dahon ng sage
- 2 malalaking itlog
- 1 kutsarang pinong gadgad na Parmigiano-Reggiano
- 1 1/2 kutsarita ng asin
- keso
- 1/2 kutsarita ng ground black pepper
- 1 tasang all-purpose na harina, hinati

MGA TAGUBILIN:

a) Gupitin ang tangkay ng butternut squash at gupitin sa kalahati ang haba.

b) Sa isang microwave-safe dish, ilagay ang butternut squash.

c) Gamit ang isang plastic wrap, takpan ang ulam at microwave nang mga 8 minuto.

d) Ilipat ang kalabasa sa isang platong may linyang papel na tuwalya upang lumamig, pagkatapos ay alisan ng balat.

e) Sa isang mangkok, idagdag ang mascarpone cheese, 1/2 cup ng Parmigiano-Reggiano cheese, mga itlog, asin at itim na paminta at talunin hanggang makinis.

f) Idagdag ang butternut squash at talunin hanggang sa maayos.

g) Magdagdag ng 1/2 tasa ng harina at talunin hanggang sa pagsamahin lamang.

h) Idagdag ang natitirang 1/2 tasa ng harina at haluin hanggang sa pagsamahin lamang.

i) Palamigin, natatakpan ng hindi bababa sa 8 oras.

j) Sa isang malaking kawali, idagdag ang inasnan na tubig at pakuluan.

k) Sa isang malaking nonstick skillet, tunawin ang humigit-kumulang 1/3 ng mantikilya at alisin sa apoy.

l) Kumuha ng humigit-kumulang 1 1/2 kutsarita ng masa ng kalabasa at gamit ang pangalawang kutsara, itulak ang kuwarta at ilagay sa kumukulong tubig.

m) Ulitin ang natitirang kuwarta sa mga batch.

n) Kapag tumaas ang gnocchi sa ibabaw ng tubig, magluto ng 1 minuto pa.

o) Gamit ang isang slotted na kutsara, ilipat ang gnocchi sa kawali ng tinunaw na mantikilya.

p) Ilagay ang kawali sa medium-high heat at lutuin ang gnocchi nang mga 3 minuto.

q) Budburan ng cayenne pepper, asin at black pepper.

r) I-flip ang gnocchi at ihalo ang dahon ng sambong.

s) Magluto ng mga 2-3 minuto.

t) Ilipat ang gnocchi sa isang plato at ibuhos ang browned butter mula sa kawali.

u) Ihain kasama ng garnishing ng 1 kutsara ng Parmigiano-Reggiano cheese.

FETTUCINI

46. Klasikong Alfredo

Gumagawa: 8

MGA INGREDIENTS:
- 6 na walang balat, walang buto na dibdib ng manok
- 3/4 kutsarita ng giniling na puting paminta
- 3 C. gatas
- 6 tablespoons mantikilya, hinati
- 1 tasa kalahati-at-kalahati
- 4 cloves bawang, tinadtad, hinati
- 3/4 C. gadgad na Parmesan cheese
- 1 kutsarang Italian seasoning
- 8 oz. hinimay na Monterey Jack cheese
- 1 lb. fettuccini pasta
- 3 Roma (plum) na kamatis, diced
- 1 sibuyas, diced
- 1/2 tasa ng kulay-gatas
- 1 (8 oz.) pakete ng hiniwang mushroom
- 1/3 tasa ng all-purpose na harina
- 1 kutsarang asin

MGA TAGUBILIN:

a) Haluin ang iyong manok pagkatapos itong lagyan ng Italian seasoning sa 2 Kutsarang mantikilya na may 2 pirasong bawang.

b) Haluin ang karne hanggang sa ito ay ganap na maluto pagkatapos ay ilagay ang lahat sa gilid.

c) Ngayon pakuluan ang iyong pasta sa tubig at asin sa loob ng 9 na Minuto pagkatapos ay alisin ang lahat ng likido.

d) Sabay haluin ang iyong mga sibuyas sa 4 na kutsarang mantikilya kasama ang mga mushroom at 2 pang piraso ng bawang.

e) Ipagpatuloy ang pagprito ng halo hanggang sa makita ang mga sibuyas pagkatapos ay pagsamahin sa iyong paminta, asin, at harina.

f) Haluin at lutuin ang halo sa loob ng 4 na Minuto. Pagkatapos ay unti-unting idagdag ang iyong kalahati at kalahati at ang gatas, habang hinahalo hanggang sa maging makinis ang lahat.

g) Pagsamahin ang Monterey at parmesan at hayaang maluto ang halo hanggang matunaw ang keso pagkatapos ay idagdag ang manok, kulay-gatas, at mga kamatis.

h) Ihain ang iyong pasta nang sagana sa ibabaw ng pinaghalong manok at sarsa.

47. Crimini Pasta Bake

Gumagawa: 6

MGA INGREDIENTS:
- 8 crimini mushroom
- 1/3 tasa ng parmesan cheese, gadgad
- 1 tasa ng broccoli floret
- 3 kutsarang herbs de Provence
- 1 tasang spinach, sariwang dahon, mahigpit na nakaimpake
- 2 kutsarang extra virgin olive oil
- 2 pulang kampanilya peppers, julienned
- 1 kutsarang asin
- 1 malaking sibuyas, tinadtad
- 1/2 kutsarang paminta
- 1 tasang mozzarella cheese, ginutay-gutay
- 1 tasang tomato sauce
- 2/3 lb. pasta (mahusay na gumagana ang fettuccine o penne)

MGA TAGUBILIN:

a) Bago ka gumawa ng anumang bagay, itakda ang oven sa 450 F. Pahiran ng mantika o cooking spray ang isang casserole dish.

b) Kumuha ng malaking mixing bowl: Ihagis ang mga mushroom, broccoli, spinach, pepper, at sibuyas sa loob nito.

c) Magdagdag ng 1 tablespoons ng olive oil, asin, paminta at ihagis muli ang mga ito.

d) Ikalat ang mga gulay sa greased dish at lutuin ito sa oven sa loob ng 10 min.

e) Lutuin ang pasta hanggang sa maging dente. Alisan ng tubig ang pasta at itabi.

f) Kumuha ng malaking mixing bowl: Paghaluin ang 1 Kutsara ng langis ng oliba na may mga inihurnong gulay, pasta, herbs, at mozzarella cheese. Ikalat muli ang halo sa casserole dish.

g) Budburan ang keso sa ibabaw at lutuin ito ng 20 min. Ihain ito nang mainit at magsaya.

48. Garlic Parmesan Pasta sa Isang Palayok

MGA INGREDIENTS:
- 2 kutsarang unsalted butter
- 4 cloves ng bawang, pinong tinadtad
- 2 tasa ng sabaw ng manok (470 mL)
- 1 tasa ng gatas (235 mL)
- 8 oz ng fettuccine (225 g)
- Asin, sa panlasa
- Pepper, sa panlasa
- ¼ tasa ng grated Parmesan cheese (25 g)
- 2 tablespoons ng sariwang perehil, tinadtad

MGA TAGUBILIN:

a) Sa isang malaking kawali, init ang unsalted butter sa medium-high heat. Idagdag ang tinadtad na bawang at lutuin, haluin nang madalas, hanggang mabango (humigit-kumulang 1-2 minuto).

b) Idagdag ang sabaw ng manok, gatas, at fettuccine sa kawali. Timplahan ng asin at paminta.

c) Pakuluan ang pinaghalong, pagkatapos ay bawasan ang apoy at hayaang kumulo, paminsan-minsang haluin, hanggang sa maluto ang pasta (mga 18-20 minuto).

d) Haluin ang gadgad na Parmesan cheese. Kung ang timpla ay masyadong makapal, ayusin ang pagkakapare-pareho sa pamamagitan ng pagdaragdag ng mas maraming gatas kung kinakailangan.

e) Ihain kaagad at palamutihan ng sariwang tinadtad na perehil.

f) Tangkilikin ang masarap at prangka na pagkain na ito!

49. One-Pot Chicken Bacon Fettuccine Alfredo

Gumagawa: 6 na tao

MGA INGREDIENTS:
- 8 piraso ng bacon, tinadtad at pinutol ng taba
- 2 malalaking suso ng manok, hiniwa sa 1 pulgadang piraso
- 4 cloves ng bawang, tinadtad
- 2 kutsarita ng Kosher salt
- 1 kutsarita ng paminta
- 6 1/2 tasa ng gatas (full fat o 2%); maaari mo ring gamitin ang kalahati at kalahati
- 500 g (1 libra) ng tuyong fettuccine pasta
- 1 malaking ulo ng broccoli, gupitin sa mga florets na tinanggal ang tangkay
- 1 tasa ng sariwang gadgad na Parmesan cheese

MGA TAGUBILIN:

a) Sa isang malaking kasirola o kaldero, iprito ang bacon sa katamtamang init hanggang sa maging malutong.

b) Ilagay ang diced chicken at igisa hanggang maluto. Isama ang tinadtad na bawang at lutuin hanggang mabango (humigit-kumulang 2 minuto). Timplahan ng asin at paminta.

c) Ibuhos ang gatas, pukawin, at dalhin ito sa isang banayad na kumulo. Bawasan kaagad ang apoy at idagdag ang fettuccine pasta.

d) Haluin paminsan-minsan sa loob ng 5-6 minuto o hanggang sa magsimulang lumambot at yumuko ang pasta. Idagdag ang broccoli, pukawin, at takpan ang palayok na may takip. Ipagpatuloy ang pagluluto, paminsan-minsang pagpapakilos, hanggang sa maluto ang pasta at umabot sa al dente texture (humigit-kumulang isa pang 7 minuto).

e) Haluin ang Parmesan cheese at ihalo hanggang matunaw ito sa sarsa. Kung ang sarsa ay masyadong makapal, magdagdag ng mas maraming gatas kung kinakailangan.

f) Ihain na may dagdag na paminta at Parmesan cheese kung ninanais.

g) Tangkilikin ang mas malusog na bersyon ng klasikong dish na ito na may lahat ng lasa at hindi gaanong kaguluhan.

50. Mushroom Fettuccine

Gumagawa: 8 servings

MGA INGREDIENTS:
- 1/2 tasa ng Land O Lakes® Butter (hinati)
- 2 cloves ng sariwang tinadtad na bawang (o isang pakurot ng bawang asin)
- 16 onsa ng sariwang hiniwang mushroom
- 1 tasa ng heavy whipping cream
- 1 libra ng fettuccine
- 1/2 tasa ng Parmesan cheese
- 1 tasa ng nakareserbang tubig ng pasta
- 1 kutsarita ng asin (adjust sa panlasa)
- Bagong giniling na itim na paminta
- Sariwang perehil para sa topping

MGA TAGUBILIN:

a) Magsimula sa pamamagitan ng paglilinis ng mga kabute. Sa isang malaking kawali, tunawin ang 2 kutsarang mantikilya, at idagdag ang bawang at mushroom. Igisa hanggang sa lumambot ang mga mushroom at magkaroon ng malalim na kayumangging kulay, na dapat tumagal ng humigit-kumulang 10-15 minuto.

b) Idagdag ang cream at ang natitirang mantikilya sa kawali. Hayaang kumulo sa mahinang apoy.

c) Habang kumukulo ang iyong mushroom sauce, lutuin ang fettuccine sa isang malaking kaldero na sumusunod sa mga direksyon ng pakete. Kapag luto na, alisan ng tubig ang fettuccine, magreserba ng kaunting tubig ng pasta, at ibalik ito sa kawali.

d) Pagsamahin ang mushroom sauce sa mainit na fettuccine sa kawali. Paghaluin ang lahat gamit ang mga sipit. Magdagdag ng Parmesan cheese at hanggang 1 tasa ng nakareserbang tubig ng pasta kung kinakailangan upang makamit ang ninanais na pagkakapare-pareho. Timplahan ng asin at sariwang giniling na paminta.

e) Ngayon, maaari kang tumayo sa kalan at magpakasawa sa masarap na ulam na ito mula mismo sa kawali. Maganda yan!

RIGATONI PASTA

51. Romano Rigatoni Casserole

Gumagawa: 6

MGA INGREDIENTS:
- 1 lb. giniling na sausage
- 1/4 tasa ng Romano cheese, gadgad
- 1 (28 oz.) lata na Italian-style tomato sauce
- tinadtad na perehil, upang palamutihan
- 1 (14 1/2 oz.) lata cannellini beans, pinatuyo at binanlawan
- 1 (16 oz.) BOX rigatoni pasta
- 1/2 kutsarita ng tinadtad na bawang
- 1 kutsarita ng Italian seasoning
- 3 C. ginutay-gutay na mozzarella cheese

MGA TAGUBILIN:

a) Bago ka gumawa ng anumang bagay, itakda ang oven sa 350 F. Pahiran ng mantikilya o mantika ang isang malaking kaserol.

b) Maglagay ng malaking kaldero sa katamtamang init. Idagdag ang bawang na may mga sausage at lutuin ito ng 6 min.

c) Idagdag ang tomato sauce, beans, at Italian seasoning pagkatapos ay lutuin ang mga ito ng 5 min sa mahinang apoy.

d) Lutuin ang pasta ayon sa mga direksyon ng gumawa. Alisan ng tubig ang pasta at ilagay ito sa palayok.

e) Ibuhos ang kalahati ng sausage pasta mix sa greased casserole at lagyan ito ng kalahati ng mozzarella cheese. Ulitin ang proseso upang makagawa ng isa pang layer.

f) Itaas ang casserole na may romano cheese pagkatapos ay ilagay dito ang isang piraso ng foil. Iluto ang rigatoni casserole sa oven sa loob ng 26 min.

g) Ihain nang mainit ang iyong rigatoni.

52. Vegan Rigatoni Basil

Gumagawa: 6

MGA INGREDIENTS:
- 1 1/2 (8 oz.) na pakete ng rigatoni pasta
- 6 na dahon ng sariwang basil, hiniwa nang manipis
- 2 kutsarang langis ng oliba
- 6 sprigs sariwang cilantro, tinadtad
- 2 cloves ng bawang, tinadtad
- 1/4 tasa ng langis ng oliba
- 1/2 (16 oz.) na pakete ng tofu, pinatuyo at ni-cube
- 1/2 kutsarita ng tuyo na thyme
- 1 1/2 kutsarita ng toyo
- 1 maliit na sibuyas, hiniwa ng manipis
- 1 malaking kamatis, cubed
- 1 karot, ginutay-gutay

MGA TAGUBILIN:

a) Lutuin ang pasta ayon sa mga direksyon sa pakete.

b) Maglagay ng malaking kawali sa katamtamang init. Magpainit ng 2 kutsarang langis ng oliba sa loob nito. Idagdag ang bawang at lutuin ito ng 1 min 30 sec.

c) Haluin ang thyme na may tofu. Lutuin ang mga ito ng 9 min. Haluin ang toyo at patayin ang apoy.

d) Kumuha ng malaking mixing bowl: Ihagis dito ang rigatoni, tofu mix, sibuyas, kamatis, karot, basil, at cilantro. Ibuhos ang langis ng oliba sa pasta salad pagkatapos ay ihain ito.

SIKO MACARONI

53. BLT Pasta Salad

Gumagawa: 6

MGA INGREDIENTS:
- 2 tasang elbow macaroni
- 1 ¼ tasa ng mayonesa
- 2 kutsarang balsamic vinegar
- 1 tasa ng kalahating cherry tomatoes
- ¼ tasa tinadtad na pulang kampanilya paminta
- 3 kutsarang tinadtad na scallion
- ½ tasang ginutay-gutay na Cheddar cheese
- Asin at paminta para lumasa
- ½ kutsarita ng dill
- 10 hiwa ng bacon
- 8 oz. tinadtad na romaine lettuce

MGA TAGUBILIN:

a) Lutuin ang macaroni sa isang palayok ng inasnan na tubig sa loob ng 10 minuto. Alisan ng tubig at ilipat sa isang mangkok ng salad.

b) Idagdag ang mayonesa, balsamic vinegar, kamatis, kampanilya, scallion, keso, asin, paminta, at dill sa macaroni at haluing mabuti upang pagsamahin.

c) Palamigin ng 3 oras.

d) Iprito ang bacon sa loob ng 10 minuto, hanggang malutong.

e) Alisan ng tubig ang bacon at hayaang lumamig, pagkatapos ay durugin ang bacon.

f) Itaas ang salad na may crumbled bacon.

g) Ihain sa romaine lettuce.

54. Spinach at artichoke mac-and-cheese

Gumagawa: 6 hanggang 8

MGA INGREDIENTS:
- 6 na kutsarang inasnan na mantikilya, sa temperatura ng silid, at higit pa para sa pagpapadulas
- 1 (1-pound) box na short-cut na pasta, tulad ng macaroni
- 2 tasang buong gatas
- 1 (8-onsa) na pakete ng cream cheese, cubed
- 3 tasang ginutay-gutay na matalim na cheddar cheese
- Kosher na asin at sariwang giniling na paminta
- Ground cayenne pepper
- 2 tasang naka-pack na sariwang baby spinach, tinadtad
- 1 (8-onsa) na garapon na adobong artichoke, pinatuyo at tinadtad nang halos
- 1½ tasang dinurog na Ritz crackers (mga 1 manggas)
- ¾ kutsarita ng pulbos ng bawang

MGA TAGUBILIN:

a) Painitin muna ang oven sa 375°F. Magpahid ng 9 × 13-pulgadang baking dish.

b) Sa isang malaking kasirola, dalhin ang 4 na tasa ng inasnan na tubig sa isang pigsa sa mataas na init. Idagdag ang pasta at lutuin, paminsan-minsang pagpapakilos, sa loob ng 8 minuto. Ihalo ang gatas at cream cheese at lutuin hanggang matunaw ang cream cheese at al dente ang pasta, mga 5 minuto pa.

c) Alisin ang kawali mula sa apoy at pukawin ang 2 tasa ng cheddar at 3 kutsara ng mantikilya. Timplahan ng asin, paminta, at cayenne. Ihalo ang spinach at artichokes. Kung masyadong makapal ang sarsa, magdagdag ng ¼ tasa ng gatas o tubig upang manipis ito.

d) Ilipat ang halo sa inihandang baking dish. Itaas ang natitirang 1 tasa ng cheddar.

e) Sa isang medium na mangkok, haluin ang mga crackers, ang natitirang 3 kutsara ng mantikilya, at ang pulbos ng bawang. Iwiwisik ang mga mumo nang pantay-pantay sa mac at keso.

f) Maghurno hanggang ang sarsa ay bumubula at ang mga mumo ay ginintuang, mga 20 minuto. Hayaang lumamig ng 5 minuto at ihain. Mag-imbak ng anumang natira sa ref sa isang lalagyan ng airtight nang hanggang 3 araw.

55. Chili Mac Casserole

MGA INGREDIENTS:
- 1 tasang hilaw na elbow macaroni
- 2 pounds lean ground beef (90% lean)
- 1 katamtamang sibuyas, tinadtad
- 2 sibuyas ng bawang, tinadtad
- 1 lata (28 ounces) diced na kamatis, hindi pinatuyo
- 1 lata (16 ounces) kidney beans, banlawan at pinatuyo
- 1 lata (6 onsa) tomato paste
- 1 lata (4 ounces) tinadtad na berdeng sili
- 1-1/4 kutsarita ng asin
- 1 kutsarita ng sili na pulbos
- 1/2 kutsarita ng ground cumin
- 1/2 kutsarita ng paminta
- 2 tasang ginutay-gutay na pinaghalong pinababang taba ng Mexican cheese
- Hiniwang manipis na berdeng sibuyas, opsyonal

MGA TAGUBILIN:

a)   Magluto ng macaroni ayon sa mga direksyon ng pakete. Samantala, sa isang malaking nonstick skillet, lutuin ang karne ng baka, sibuyas at bawang sa katamtamang apoy hanggang sa hindi na kulay rosas ang karne, putol-putol ang karne; alisan ng tubig. Haluin ang mga kamatis, beans, tomato paste, sili at mga pampalasa. Alisan ng tubig ang macaroni; idagdag sa beef mixture.

b)   Ilipat sa isang 13x9-in. baking dish na pinahiran ng cooking spray. Takpan at maghurno sa 375° hanggang bubbly, 25-30 minuto. Alisan ng takip; budburan ng keso. Maghurno hanggang matunaw ang keso, 5-8 minuto pa. Kung ninanais, itaas na may hiniwang berdeng mga sibuyas.

ZITI PASTA

56. Inihurnong Ziti

Gumagawa: 10

MGA INGREDIENTS:
- 1 lb. ziti pasta
- 1 kutsarang langis ng oliba
- 1 lb. giniling na karne ng baka
- Asin at paminta para lumasa
- ½ kutsarita ng asin ng bawang
- ½ kutsarita ng pulbos ng bawang
- 1 tinadtad na sibuyas
- 6 tasang tomato sauce
- ½ kutsarita ng oregano
- ½ kutsarita ng basil
- 1 tasang ricotta cheese
- 1 pinalo na itlog
- 1 tasa. ginutay-gutay na mozzarella cheese
- ¼ tasa ng gadgad na pecorino cheese

MGA TAGUBILIN:

a) Pakuluan ang ziti sa isang palayok ng inasnan na tubig sa loob ng 10 minuto. Patuyuin ang tubig.
b) Init ang langis ng oliba sa isang kawali.
c) Timplahan ang karne ng baka ng asin, paminta, asin ng bawang, at pulbos ng bawang.
d) I-brown ang karne at sibuyas sa kaldero sa loob ng 5 minuto.
e) Ibuhos ang tomato sauce at timplahan ng oregano at basil.
f) Kumulo ng 25 minuto.
g) Painitin ang oven sa 350 degrees.
h) Pagsamahin ang itlog at ricotta cheese.
i) Budburan ng pecorino cheese.
j) Ilipat ang kalahati ng pasta at kalahati ng sarsa sa isang baking dish.
k) Idagdag ang kalahati ng ricotta cheese.
l) Itaas ang kalahati ng mozzarella cheese.
m) Gumawa ng isa pang layer ng pasta, sauce, at mozzarella.
n) Maghurno ng 25 minuto. Ang mga keso ay dapat na bubbly.

57. Provolone Ziti Bake

MGA SANGKAP ko :
- 1 kutsarang langis ng oliba
- 1 katamtamang sibuyas, tinadtad
- 3 sibuyas ng bawang, tinadtad
- 2 lata (28 ounces bawat isa) Italian crushed tomatoes
- 1-1/2 tasa ng tubig
- 1/2 tasa dry red wine o reduced-sodium broth
- 1 kutsarang asukal
- 1 kutsarita ng tuyo na basil
- 1 pakete (16 ounces) ziti o maliit na tube pasta
- 8 hiwa ng provolone cheese

MGA TAGUBILIN:

a) Painitin ang hurno sa 350°. Sa isang 6-qt. stockpot, init ng mantika sa medium-high heat. Magdagdag ng sibuyas; lutuin at haluin ng 2-3 minuto o hanggang lumambot. Magdagdag ng bawang; magluto ng 1 minuto pa. Haluin ang kamatis, tubig, alak, asukal at basil. Dalhin sa isang pigsa; alisan sa init. Haluin ang hilaw na ziti.

b) Ilipat sa isang 13x9-in. baking dish na pinahiran ng cooking spray. Maghurno, sakop, 1 oras. Itaas na may keso. Maghurno, walang takip, 5-10 minuto pa o hanggang malambot ang ziti at matunaw ang keso.

58. Beef Ziti Casserole

Ginagawa: 1 Paghahain

MGA INGREDIENTS:
- 8 ounces ng hilaw na Ziti macaroni
- 1 lata (16 oz.) ng hiniwang Green Beans, pinatuyo
- 1 lata (11 oz.) ng Green Giant Niblets Corn, pinatuyo
- 1 libra ng Ground Beef
- 2 lata (10 3/4 oz. bawat isa) ng Campbell's Condensed Golden Mushroom Soup
- 1 lata (14 1/2 oz.) ng Del Monte Stewed Tomatoes (chunky pasta style o Italian style, as preferred)
- 1 kutsarita ng dinurog na Dried Basil Leaves
- ¼ kutsarita ng Paminta
- ½ kutsarita ng Garlic Powder
- 2 tasa ng Shredded Sharp Cheddar Cheese

MGA TAGUBILIN:

a) Painitin ang oven sa 400 degrees.

b) Lutuin ang Ziti macaroni ayon sa mga direksyon ng pakete, pagkatapos ay alisan ng tubig.

c) Ibalik ang nilutong Ziti at ang pinatuyo na green beans at mais sa kalderong ginamit para sa Ziti.

d) Sa isang 10-pulgada na kawali sa katamtamang init, kayumanggi ang giniling na karne ng baka, hinahalo upang masira ito; pagkatapos ay alisan ng tubig ang taba.

e) Haluin ang Golden Mushroom Soup, nilagang kamatis, tuyo na basil, paminta, at pulbos ng bawang sa nilutong baka. Init ang pinaghalong lubusan.

f) Idagdag ang pinaghalong sopas sa pinaghalong Ziti at gulay, at haluing mabuti.

g) Kutsara ang pinaghalong sa isang greased 13 x 9-inch baking dish.

h) Takpan ang ulam na may foil at maghurno ng 15 minuto.

i) Alisan ng takip ang kaserol, budburan ito ng ginutay-gutay na keso, at maghurno ng karagdagang 5 minuto o hanggang sa matunaw ang keso. Enjoy!

59. Inihurnong Ziti

Gumagawa: 6 Servings

MGA INGREDIENTS:
- 1 libra ng nilutong Ziti
- 1 libra ng lutong Ground Beef
- 1 pakete (15 oz) ng Ricotta Cheese
- ¼ tasa ng perehil
- ½ tasa ng Parmesan Cheese
- 1 Itlog
- 2 tasa ng Hinimay na Mozzarella Cheese
- 3 tasa ng Sauce na gusto mo

MGA TAGUBILIN:

a) Sa isang mixing bowl, pagsamahin ang Ricotta cheese, egg, parsley, at Parmesan cheese.

b) Maingat na paghaluin ang nilutong hamburger sa pinaghalong keso na ito.

c) Idagdag ang nilutong Ziti sa timpla at ihalo nang mabuti.

d) Paghaluin ang ¾ ng sarsa na gusto mo.

e) Ikalat ang timpla sa isang baking pan.

f) Ibuhos ang natitirang sarsa sa itaas.

g) Budburan ang ginutay-gutay na Mozzarella cheese sa ibabaw ng sauce.

h) Maghurno sa 350°F sa loob ng 30-35 minuto o hanggang sa ito ay bumubula at ang keso ay natunaw at bahagyang kayumanggi.

i) Tangkilikin ang iyong masarap na Baked Ziti!

60.Ziti Sausage Bake

Ginagawa: 1 Paghahain

MGA INGREDIENTS:
- 8 onsa ng Ziti, niluto ayon sa mga direksyon ng pakete
- 4 na link ng Italian sausage (mainit o matamis, o kumbinasyon ng dalawa)
- 1¾ tasa ng Half and Half
- 1½ tasa ng Grated Fontina Cheese
- ½ tasa ng Diced Green Pepper (opsyonal)
- Asin at paminta para lumasa
- ¼ tasa ng Grated Italian Cheese

MGA TAGUBILIN:

a) Lutuin ang Ziti ayon sa mga direksyon ng pakete at alisan ng tubig ito.

b) Alisin ang sausage mula sa pambalot nito, durugin ito, at kayumanggi ito sa isang kawali. Alisan ng tubig ang labis na taba.

c) Idagdag ang browned sausage sa nilutong pasta, kasama ang diced pepper (kung ginagamit), 1 cup of half and half, 1 cup of Fontina cheese, at ang grated Italian cheese. Paghaluin ang lahat.

d) Ibuhos ang pinaghalong sa isang buttered 13x9-inch baking dish.

e) Takpan ang ulam at i-bake ito sa 350°F sa loob ng 20 minuto.

f) Alisan ng takip ang ulam at itaas ito sa natitirang kalahati at kalahati at Fontina cheese.

g) Maghurno ng karagdagang 10 minuto, o hanggang sa matunaw ang keso at bumubula ang ulam.

h) Hayaang tumayo ng 5 minuto bago ihain.

i) Masiyahan sa iyong Ziti Sausage Bake!

SPAGHETTI PASTA

61.Pesto Shrimp na may Pasta

Gumagawa: 4

MGA INGREDIENTS:
- 8 oz. spaghetti
- 2 tinadtad na sibuyas ng bawang
- Asin sa panlasa
- 1 kutsarang langis ng oliba
- 8 oz. asparagus
- 1 tasang hiniwang puting mushroom
- ¾ kalahating kilong binalatan at hiniwang hipon
- ⅛ kutsarita ng pulang paminta
- ¼ tasa ng pesto – o maghanda ng iyong sarili
- 2 kutsarang gadgad na parmesan cheese

MGA TAGUBILIN:

a) Ilagay ang spaghetti sa isang palayok ng kumukulong tubig na inasnan at lutuin ng 10 minuto.

b) Alisan ng tubig ang spaghetti ngunit itabi ang ilang tubig sa pasta.

c) Init ang langis ng oliba sa isang kawali.

d) Igisa ang bawang, asparagus at mushroom sa loob ng 5 minuto o hanggang sa lumambot.

e) Idagdag ang hipon sa kawali at timplahan ng pulang paminta

f) Magluto ng 5 minuto.

g) Kung kinakailangan ang likido, magdagdag ng ilang kutsarang tubig ng pasta.

h) Pagsamahin ang pesto sauce at ang parmesan cheese.

i) Haluin ang pesto sa hipon.

j) Magluto ng 5 minuto

k) Ihain sa ibabaw ng spaghetti.

62.Tuna Pasta

Gumagawa: 4

MGA INGREDIENTS:
- 2 kutsarang langis ng oliba
- 1 (7 oz.) lata tuna na puno ng langis, pinatuyo
- 1 anchovy fillet
- 1/4 tasa diced sariwang flat-leaf parsley
- 2 kutsarang capers
- 1 (12 oz.) na pakete ng spaghetti
- 3 cloves tinadtad na bawang
- 1 kutsarang extra-virgin olive oil, o sa panlasa
- 1/2 tasa ng tuyong puting alak
- 1/4 tasa na sariwang gadgad na Parmigiano-Reggiano
- 1/4 kutsarita ng tuyo na oregano
- keso, o sa panlasa
- 1 kurot red pepper flakes, o sa panlasa
- 1 kutsarang diced sariwang flat-leaf parsley, o sa panlasa 3 C. dinurog na Italian (plum) na kamatis
- asin at itim na paminta sa panlasa
- 1 kurot ng cayenne pepper, o sa panlasa

MGA TAGUBILIN:

a) Paghaluin ang iyong mga caper at bagoong sa langis ng oliba sa loob ng 4 na Minuto pagkatapos ay pagsamahin sa bawang at ipagpatuloy ang pagprito ng halo sa loob ng 2 minuto.

b) Ngayon magdagdag ng mga natuklap ng paminta, puting alak, at orange.

c) Haluin ang halo at painitin ang apoy.

d) Hayaang maluto ang halo sa loob ng 5 minuto bago idagdag ang mga kamatis at kumulo ang halo.

e) Kapag ang halo ay kumukulo add-in: cayenne, black pepper, at asin.

f) Itakda ang init sa mahina at hayaang maluto ang lahat ng 12 Minuto.

g) Ngayon magsimulang pakuluan ang iyong pasta sa tubig at asin sa loob ng 10 Minuto pagkatapos ay alisin ang lahat ng mga likido at iwanan ang pasta sa kawali.

h) Pagsamahin ang kumukulong mga kamatis sa pasta at ilagay ang isang takip sa palayok. Sa mababang antas ng init, painitin ang lahat sa loob ng 4 na Minuto.

i) Kapag inihahain ang iyong pasta top, ito ay may kasamang Parmigiano-Reggiano, parsley, at olive oil.

63. Maaraw na Hot Spaghetti

Gumagawa: 2

MGA INGREDIENTS:
- 2 1/2 tasa ng nilutong spaghetti
- 1 kutsarita ng oregano
- 1/4 tasa ng langis ng oliba
- 1 kutsaritang butil ng bawang o 2 kutsarang sariwang bawang
- 8 pepperoncini peppers, pinong tinadtad
- 1/2 tasa ng spaghetti sauce

MGA TAGUBILIN:
a) Maglagay ng malaking kawali sa medium heat. Painitin ang mantika sa loob nito. Idagdag ang mga herbs na may peppers at lutuin ang mga ito sa loob ng 4 na minuto.
b) Haluin ang sarsa na may nilutong spaghetti pagkatapos ay lutuin ito ng 3 minuto.
c) Ihain kaagad ang iyong spaghetti na mainit-init.
d) Enjoy.

64. Spaghetti Bolognese Skillet Bake

Gumagawa: 6 Servings

MGA INGREDIENTS:

- 12 onsa (340g) na spaghetti
- 1 libra (450g) giniling na karne ng baka
- 1 katamtamang sibuyas, pinong tinadtad
- 2 cloves ng bawang, tinadtad
- 28-onsa na lata ng dinurog na kamatis
- 2 kutsarang tomato paste
- 1 kutsarita ng tuyo na oregano
- 1 kutsarita ng tuyo na basil
- ½ kutsarita ng red pepper flakes
- Asin at itim na paminta, sa panlasa
- ¼ tasa ng red wine (opsyonal)
- Mga sariwang dahon ng basil para sa dekorasyon
- Langis ng oliba para sa pagpapadulas

MGA TAGUBILIN:

a) Painitin muna ang iyong oven sa 375°F (190°C).

b) Sa isang malaking palayok ng kumukulong tubig na inasnan, lutuin ang spaghetti ayon sa mga tagubilin sa pakete hanggang sa ito ay al dente na lang. Patuyuin at itabi.

c) Sa isang malaking ovenproof skillet, magpainit ng kaunting olive oil sa medium-high heat. Idagdag ang tinadtad na sibuyas at lutuin hanggang sa maging translucent, mga 2-3 minuto.

d) Idagdag ang giniling na baka sa kawali at lutuin, paghiwa-hiwalayin ito gamit ang isang kutsara, hanggang sa ito ay maging kayumanggi at hindi na kulay rosas, mga 5-7 minuto. Kung mayroong labis na taba, alisan ng tubig ito.

e) Haluin ang tinadtad na bawang at lutuin ng isa pang 1-2 minuto hanggang mabango.

f) Idagdag ang dinurog na kamatis, tomato paste, tuyo na oregano, tuyo na basil, red pepper flakes, asin, at itim na paminta. Kung gumagamit ka ng red wine, ibuhos ito sa yugtong ito. Haluing mabuti upang pagsamahin ang lahat ng mga sangkap at dalhin ang sarsa sa banayad na kumulo.

g) Hayaang maluto ito ng mga 10 minuto, hayaang maghalo ang mga lasa at bahagyang lumapot ang sarsa.

h) Ihagis ang nilutong spaghetti sa kawali, ihalo ito nang lubusan sa sarsa ng Bolognese. Alisan sa init.

i) Ilipat ang kawali sa preheated oven at maghurno ng mga 20-25 minuto.

j) Kapag ang kawali ay lumabas sa oven, palamutihan ito ng sariwang dahon ng basil at ihain.

65. Bay Scallops na may Spaghetti

Gumagawa: 4

MGA INGREDIENTS:
- 8 oz. spaghetti
- ⅓ tasa ng tuyong puting alak
- 3 kutsarang mantikilya
- 1 lb. bay scallops
- 4 na tinadtad na sibuyas ng bawang
- 1 kurot red pepper flakes
- 1 tasang mabigat na cream
- Asin at paminta para lumasa
- Juice ng kalahating lemon
- ¼ tasa gadgad na Pecorino-Romano

MGA TAGUBILIN:

a) Lutuin ang spaghetti sa isang palayok ng inasnan na tubig sa loob ng 10 minuto. Patuyuin at itabi.

b) Init ang mantikilya sa isang malaking kawali.

c) Idagdag ang mga scallop sa isang solong layer at kayumanggi sa loob ng 2 minuto sa katamtamang init.

d) Paikutin ang mga scallop at kayumanggi ang kabilang panig sa loob ng 1 minuto.

e) Ihalo ang bawang, red pepper flakes, at alak at lutuin ng 1 minuto. Siguraduhing hindi masyadong luto ang mga scallop.

f) Timplahan ng asin, paminta, at katas ng kalahating lemon.

g) Haluin ang spaghetti sa kawali at ihalo ito sa mga scallop.

h) Pakuluan ng 2 minuto at lagyan ng grated cheese.

66. Maaraw na Hot Spaghetti

Gumagawa: 2

MGA INGREDIENTS:
- 2 1/2 tasa ng nilutong spaghetti
- 1 kutsarita ng oregano
- 1/4 tasa ng langis ng oliba
- 2 kutsarang sariwang bawang
- 8 pepperoncini peppers, pinong tinadtad
- 1/2 tasa ng spaghetti sauce

MGA TAGUBILIN:

a) Maglagay ng malaking kawali sa medium heat. Painitin ang mantika sa loob nito. Idagdag ang mga herbs na may peppers at lutuin ang mga ito ng 4 min.

b) Haluin ang sauce na may nilutong spaghetti pagkatapos ay lutuin ito ng 3 min.

c) Ihain kaagad ang iyong spaghetti na mainit-init.

67. Chicken Tetrazzini

SANGKAP S :
- 8 ounces hilaw na spaghetti
- 2 kutsarita kasama ang 3 kutsarang mantikilya, hinati
- 8 bacon strips, tinadtad
- 2 tasang hiniwang sariwang mushroom
- 1 maliit na sibuyas, tinadtad
- 1 maliit na berdeng paminta, tinadtad
- 1/3 tasa ng all-purpose na harina
- 1/4 kutsarita ng asin
- 1/4 kutsarita ng paminta
- 3 tasang sabaw ng manok
- 3 tasang magaspang na ginutay-gutay na rotisserie na manok
- 2 tasang frozen na mga gisantes (mga 8 onsa)
- 1 garapon (4 onsa) diced pimientos, pinatuyo
- 1/2 tasa gadgad na Romano o Parmesan cheese

MGA TAGUBILIN:

a) Painitin ang hurno sa 375°. Magluto ng spaghetti ayon sa mga direksyon ng pakete para sa al dente. alisan ng tubig; ilipat sa isang greased 13x9-in. baking dish. Magdagdag ng 2 kutsarita ng mantikilya at ihalo sa amerikana.

b) Samantala, sa isang malaking kawali, lutuin ang bacon sa katamtamang init hanggang sa malutong, paminsan-minsang pagpapakilos. Alisin gamit ang isang slotted na kutsara; alisan ng tubig sa mga tuwalya ng papel. Itapon ang mga tumutulo, magreserba ng 1 kutsara sa kawali. Magdagdag ng mga mushroom, sibuyas at berdeng paminta sa mga drippings; lutuin at haluin sa medium-high heat 5-7 minuto o hanggang lumambot. Alisin sa kawali.

c) Sa parehong kawali, init ang natitirang mantikilya sa katamtamang init. Paghaluin ang harina, asin at paminta hanggang makinis; unti-unting ihalo sa sabaw. Dalhin sa isang pigsa, pagpapakilos paminsan-minsan; lutuin at haluin ng 3-5 minuto o hanggang medyo lumapot. Magdagdag ng manok, gisantes, pimientos at pinaghalong kabute; init sa pamamagitan ng, pagpapakilos paminsan-minsan. Sandok sa ibabaw ng spaghetti. Budburan ng bacon at keso.

d) Maghurno, walang takip, 25-30 minuto o hanggang sa ginintuang kayumanggi. Hayaang tumayo ng 10 minuto bago ihain.

68.Inihurnong rigatoni at bola-bola

SANGKAP S :
- 3½ tasa ng Rigatoni pasta
- 1⅓ tasa ng Mozzarella, ginutay-gutay
- 3 kutsarang Parmesan, sariwang gadgad
- 1 libra Lean ground turkey

MGA TAGUBILIN:

a) Mga bola-bola: Sa mangkok, talunin ng mahina ang itlog; ihalo sa sibuyas, mumo, bawang, Parmesan, oregano, asin at paminta. Ihalo sa pabo.

b) Hugis bola ang nagtatambak na kutsara.

c) Sa malaking kawali, magpainit ng mantika sa katamtamang init; magluto ng mga bola-bola, sa mga batch kung kinakailangan, para sa 8-10 minuto o hanggang sa kayumanggi sa lahat ng panig.

d) Magdagdag ng sibuyas, bawang, mushroom, berdeng paminta, balanoy, asukal, oregano, asin, paminta at tubig sa kawali; lutuin sa katamtamang init, hinahalo paminsan-minsan, mga 10 minuto o hanggang lumambot ang mga gulay. Gumalaw sa mga kamatis at tomato paste; pakuluan. Magdagdag ng meatballs

e) Samantala, sa malaking palayok ng kumukulong tubig na inasnan, lutuin ang rigatoni . Ilipat sa 11x7-inch baking dish o 8-cup shallow oven casserole.

f) Budburan ng mozzarella , pagkatapos ay Parmesan nang pantay-pantay sa ibabaw. Maghurno

69. Mabilis na Spaghetti Skillet

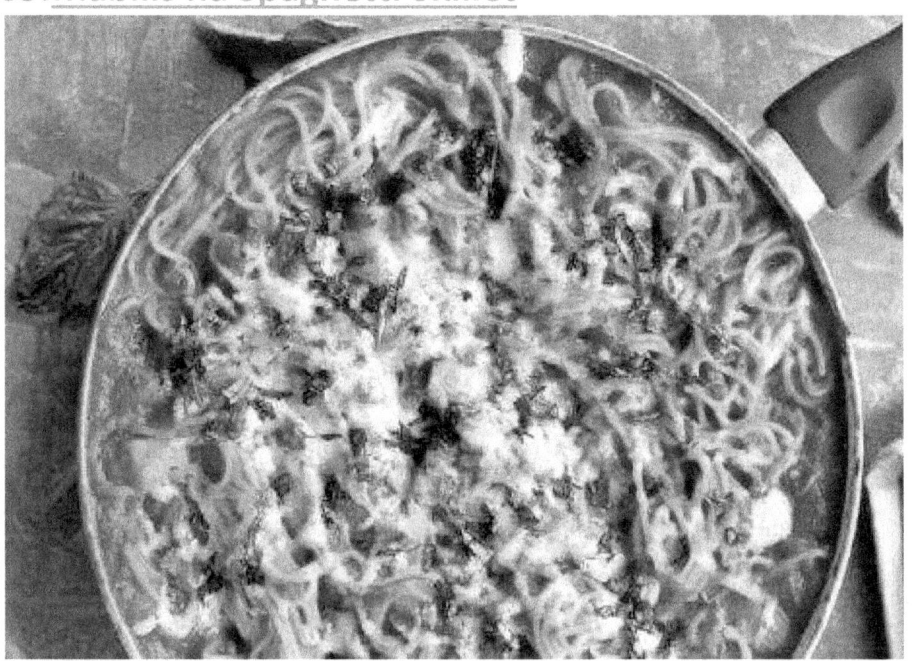

Gumagawa: 4

MGA INGREDIENTS:
- 1 lb. ground turkey
- 1/2 kutsarita ng red pepper flakes
- 2 sibuyas ng bawang, tinadtad
- 8 oz. hilaw na spaghetti, pinaghiwa-hiwalay
- 1 maliit na berdeng paminta, tinadtad
- keso ng parmesan
- 1 maliit na sibuyas, tinadtad
- 2 C. tubig
- 1 (28 oz.) na garapon ng tradisyonal na istilong spaghetti
- sarsa

MGA TAGUBILIN:

a) Maglagay ng malaking kasirola sa katamtamang init. Lutuin sa loob nito ang pabo na may bawang, sibuyas at berdeng paminta sa loob ng 8 minuto.

b) Idagdag ang tubig na may hot pepper flakes, spaghetti sauce, isang pakurot ng asin at paminta.

c) Lutuin ang mga ito hanggang sa magsimula silang kumulo. Idagdag ang spaghetti sa kaldero.

d) Pakuluan ito ng 14 hanggang 16 min o hanggang maluto ang pasta.

e) Kumuha ng mangkok ng paghahalo:

f) Enjoy.

70. Madaling Spaghetti

Gumagawa: 4

MGA INGREDIENTS:
- 12 oz. spaghetti
- 1 kutsarang langis ng oliba
- 1 lb. giniling na karne ng baka
- 1 tinadtad na sibuyas
- 3 tinadtad na sibuyas ng bawang
- Asin at paminta para lumasa
- 1 kutsarita ng asukal
- ¼ kutsarita ng turmerik
- 2 kutsarang tomato paste
- 2 tasang tomato sauce
- 1 kutsarita ng Italian seasoning

MGA TAGUBILIN:

a) Ihanda ang pasta sa isang palayok ng kumukulong inasnan na tubig sa loob ng 10 minuto. Patuyuin at itabi.

b) Init ang langis ng oliba sa isang malaking kawali.

c) Igisa ang sibuyas at bawang sa loob ng 5 minuto.

d) Haluin ang giniling na karne ng baka, asin, paminta, at turmerik at ihalo nang mabuti.

e) Idagdag ang tomato paste, tomato sauce, at Italian seasoning.

f) Pakuluan ng 45 minuto.

g) Ilagay ang spaghetti at ihalo kasama ng sauce.

71. Hipon Lo Mein

Gumagawa: 2

MGA INGREDIENTS:
- 8 oz. spaghetti
- ¼ tasang toyo
- 3 kutsarang oyster sauce
- 1 kutsarang pulot
- ½ pulgadang nob ng gadgad na luya
- 1 kutsarang langis ng oliba
- 1 tinadtad na pulang kampanilya paminta
- 1 hiniwang maliit na sibuyas
- ½ tasang tinadtad na mga kastanyas ng tubig
- ½ tasang hiniwang cremini mushroom
- 3 tinadtad na sibuyas ng bawang
- 1 lb. binalatan at ginawang sariwang hipon
- 2 pinalo na itlog

MGA TAGUBILIN:

a) Lutuin ang spaghetti sa isang palayok ng inasnan na tubig sa loob ng 10 minuto. Patuyuin ang tubig.

b) Pagsamahin ang toyo, oyster sauce, pulot, at luya sa isang mangkok.

c) Init ang langis ng oliba sa isang malaking kawali.

d) Igisa ang bell pepper, sibuyas, water chestnut, mushroom sa loob ng 5 minuto.

e) Haluin ang bawang at hipon at haluin ng 2 minuto pa.

f) Ilipat ang mga sangkap sa isang gilid ng kawali at i-scramble ang mga itlog sa kabilang panig sa loob ng 5 minuto.

g) Idagdag ang spaghetti at sauce at pagsamahin ang lahat ng sangkap sa loob ng 2 minuto.

72. Chicken Tetrazzini

Gumagawa: 8

MGA INGREDIENTS:
- 8 oz. spaghetti
- 1 kutsarang langis ng oliba
- 4 na ginutay-gutay na dibdib ng manok
- Asin at paminta para lumasa
- 1 tasang sariwang hiniwang mushroom
- 1 tinadtad na pulang kampanilya paminta
- 1 tinadtad na sibuyas
- 4 na tinadtad na sibuyas ng bawang
- ¼ tasang mantikilya
- 3 kutsarang harina
- ½ kutsarita ng thyme
- 1 tasang sabaw ng manok
- 1 tasa kalahati-at-kalahati
- ¼ tasa puting alak
- ½ kutsarita ng asin ng bawang
- ½ kutsarita ng oregano
- Paminta sa panlasa
- ½ tasang ginutay-gutay na Italian cheese mix

MGA TAGUBILIN:

a) Lutuin ang spaghetti sa isang palayok ng kumukulong tubig na inasnan sa loob ng 10 minuto.

b) Init ang mantika sa isang malaking kawali.

c) I-brown ang bell pepper, mushroom, sibuyas, at bawang sa kawali at igisa ng 5 minuto, hanggang malambot ang mga gulay at hindi na pink ang manok.

d) Matunaw ang mantikilya sa isang kawali at ihalo ang harina.

e) Panatilihin ang pagpapakilos hanggang sa malikha ang isang i-paste.

f) Dahan-dahang ibuhos ang sabaw, kalahati at kalahati, at alak habang patuloy na hinahalo.

g) Timplahan ng paminta, oregano, at thyme ang sarsa.

h) Ihalo ang timpla ng Italian cheese at haluin ng 5 minuto, hanggang matunaw ang keso.

i) Idagdag ang browned at gulay at kumulo ng 5 minuto.

73. Pasta Sausage Skillet

Gumagawa: 4

MGA INGREDIENTS:
- 1/2 lb. lean ground beef
- 2 tadyang ng kintsay, hiniwa
- 1/4 lb. maramihang Italian sausage
- 4 oz. hilaw na spaghetti, nahati sa kalahati
- 2 (8 oz.) lata na walang idinagdag na asin na tomato sauce
- 1/4 kutsarita ng tuyo na oregano
- 1 (14 1/2 oz.) lata na nilagang kamatis
- asin at paminta
- 1 tasang tubig
- 1 (4 oz.) lata na mga tangkay at piraso ng kabute,
- pinatuyo

MGA TAGUBILIN:

a) Maglagay ng kawali sa katamtamang init. Brown sa loob nito ang sausage na may karne ng baka sa loob ng 8 minuto. Itapon ang taba.

b) Haluin ang natitirang sangkap. Lutuin ang mga ito hanggang sa magsimula silang kumulo. Ilagay sa takip at hayaang maluto ng 15 hanggang 17 minuto.

Ihain sa iyo ang pasta na mainit-init. Palamutihan ito ng ilang tinadtad na damo.

74. Kawali ng Chicken Pasta

Gumagawa: 2 servings

MGA INGREDIENTS:
- ½ (8 onsa) na pakete ng spaghetti
- 2 kutsarang langis ng oliba
- 8 plum tomato (blangko)s roma (plum) na kamatis, hinati at hiniwa
- 1 kutsarita na pulbos ng bawang
- ½ kutsarita ng pinatuyong oregano
- 2 kutsarita ng tuyo na basil
- 1 kurot na asin
- 1 kutsarita ng ground black pepper
- 1 ½ kutsarita puting asukal
- 1 kutsarang ketchup
- 3 kutsarang langis ng oliba
- 2 walang balat, walang buto na dibdib ng manok, gupitin sa manipis na piraso
- 2 sibuyas ng bawang, durog
- 1 berdeng paminta, tinadtad
- 1 pulang kampanilya paminta, tinadtad
- 1 pulang sibuyas, tinadtad
- 1 tasang hiniwang sariwang mushroom
- ¼ tasa gadgad na Parmesan cheese

MGA TAGUBILIN:

a) Pakuluan ang isang malaking palayok ng tubig sa sobrang init. Haluin ang spaghetti, at bumalik sa pigsa. Lutuin ang pasta hanggang sa ito ay maluto, ngunit matatag pa rin sa kagat, mga 6-8 minuto. Patuyuin ng mabuti at panatilihing mainit-init.

b) Init ang 2 kutsarang mantika sa isang malaking kawali sa katamtamang init. Pukawin ang mga kamatis; lutuin hanggang lumambot at magsimulang masira. Haluin ang pulbos ng bawang, oregano, basil, asin, paminta, asukal, at ketchup. Painitin ang sauce at ireserba.

c) Painitin ang natitirang 3 kutsarang mantika sa isang hiwalay na cast iron skillet sa katamtamang init. Haluin ang manok; lutuin hanggang mag browned. Gumalaw sa durog na mga clove ng bawang; magluto ng 1 karagdagang minuto.

d) Alisin ang manok sa kawali at ireserba. Gawing mataas ang init. Haluin ang berdeng paminta, pulang paminta, sibuyas, at mushroom sa kawali at lutuin hanggang sa magsimula silang lumambot. Haluin ang browned chicken. Gawing katamtaman ang init at lutuin hanggang ang manok ay hindi na kulay rosas sa gitna, at ang mga gulay ay maluto, mga 5 minuto.

e) Ihagis ang manok at gulay na may tomato sauce at mainit na pasta.

f) Ihain na binudburan ng Parmesan cheese.

75. Pasta alla Norma Skillet Bake

Ginagawa: 4-6 Servings

MGA INGREDIENTS:

- 12 onsa (340g) na spaghetti
- 2 medium-sized na talong, hiniwa sa ¼-pulgadang bilog
- 3 kutsarang langis ng oliba
- 1 maliit na sibuyas, pinong tinadtad
- 2 cloves ng bawang, tinadtad
- 28-onsa na lata ng dinurog na kamatis
- 1 kutsarang red wine vinegar (opsyonal)
- 1 kutsarita ng pinatuyong oregano
- ½ kutsarita red pepper flakes (adjust sa panlasa)
- Asin at itim na paminta, sa panlasa
- ¼ tasa sariwang dahon ng basil, pinunit sa mga piraso
- 1 ½ tasang ginutay-gutay na mozzarella cheese
- ½ tasang gadgad na Parmesan cheese o pecorino
- Langis ng oliba para sa pagpapadulas

MGA TAGUBILIN:

a) Painitin muna ang iyong oven sa 375°F (190°C).

b) Lutuin ang pasta ayon sa mga tagubilin sa pakete hanggang sa ito ay al dente na lang. Patuyuin at itabi.

c) Habang niluluto ang pasta, painitin muna ang grill o grill pan.

d) I-brush ang mga hiwa ng talong na may langis ng oliba at i-ihaw ang mga ito ng mga 3-4 minuto bawat gilid hanggang sa magkaroon sila ng mga marka ng grill at lumambot. Itabi ang mga ito.

e) Sa isang malaking ovenproof skillet, magpainit ng kaunting olive oil sa medium-high heat. Idagdag ang tinadtad na sibuyas at lutuin hanggang maging translucent, mga 2-3 minuto.

f) Haluin ang tinadtad na bawang at lutuin ng isa pang 1-2 minuto hanggang mabango.

g) Idagdag ang dinurog na kamatis, red wine vinegar, dried oregano, red pepper flakes, asin, at black pepper. Hayaang kumulo ang sauce ng mga 10 minuto para lumapot at magkaroon ng lasa.

h) Ihagis ang nilutong pasta sa kawali na may sarsa at haluing mabuti.

i) Ipatong ang inihaw na hiwa ng talong sa pinaghalong pasta at sarsa.

j) Budburan ang isang layer ng ginutay-gutay na mozzarella cheese sa ibabaw ng talong at pasta.

k) Ilipat ang kawali sa preheated oven at maghurno ng mga 20-25 minuto, o hanggang ang keso ay bubbly at bahagyang ginintuang.

l) Kapag ang kawali ay wala na sa oven, palamutihan ito ng pinunit na sariwang dahon ng basil at parmesan o pecorino.

m) Ihain nang mainit, direkta mula sa kawali.

76.Ziti at Spaghetti na may Sausage

Gumagawa: 8

MGA INGREDIENTS:
- 1 lb. durog na Italian sausage
- 1 tasang hiniwang mushroom
- ½ tasang diced celery
- 1 hiniwang sibuyas
- 3 tinadtad na sibuyas ng bawang
- 42 oz. binili sa tindahan na spaghetti sauce o gawang bahay
- Asin at paminta para lumasa
- ½ kutsarita ng oregano
- ½ kutsarita basil
- 1 lb. hilaw na ziti pasta
- 1 tasang ginutay-gutay na mozzarella cheese
- ½ tasang gadgad na parmesan cheese
- 3 kutsarang tinadtad na perehil

MGA TAGUBILIN:

a) Sa isang kawali, kayumanggi ang sausage, mushroom, sibuyas, at kintsay sa loob ng 5 minuto.

b) Pagkatapos nito, idagdag ang bawang. Magluto ng isa pang 3 minuto. Alisin sa equation.

c) Idagdag ang spaghetti sauce, asin, paminta, oregano, at basil sa isang hiwalay na kawali.

d) Pakuluan ang sarsa sa loob ng 15 minuto.

e) Ihanda ang pasta sa isang kawali ayon sa mga direksyon ng pakete habang nagluluto ang sarsa. Alisan ng tubig.

f) Painitin ang hurno sa 350 degrees Fahrenheit.

g) Sa isang baking dish, ilagay ang ziti, sausage mixture, at ginutay-gutay na mozzarella sa dalawang layer.

h) Budburan ng parsley at parmesan cheese sa ibabaw.

i) Painitin ang oven sa 350°F at maghurno ng 25 minuto.

BUCATINI PASTA

77.One-Pan Bucatini na may Leeks at Lemon

Gumagawa: 4

MGA INGREDIENTS:
- 1 hanggang 1 1/2 libra ng leeks
- 12 ounces ng bucatini (tingnan ang mga tala sa itaas)
- 4 na clove ng bawang, hiniwa ng manipis
- 1/4 hanggang 1/2 kutsarita ng red pepper flakes
- 2 kutsara ng extra-virgin olive oil
- Kosher na asin
- Bagong bitak na itim na paminta
- 4 1/2 tasa ng tubig
- Sarap ng isang lemon
- 1/2 tasa ng pinong tinadtad na perehil
- Parmigiano Reggiano, para sa paghahatid (opsyonal)

MGA TAGUBILIN:

a) Magsimula sa pamamagitan ng pagputol sa dulo ng ugat at madilim na berdeng bahagi ng bawat leek. Hatiin ang mga ito sa kalahating pahaba. Upang gupitin ang leek sa mahaba at manipis na piraso, sundin ang pamamaraang ito: Ilagay ang bawat kalahating hiwa sa gilid, pagkatapos ay hatiin muli sa kalahati, at ulitin ang proseso nang isang beses pa — mahalagang, hinahati mo ang leek sa ikawalo. Karamihan sa mga piraso ay dapat na maging maganda at manipis, ngunit maaaring kailanganin mong gupitin muli ang mga panlabas na layer sa kalahati kung kinakailangan. Kung marumi ang mga leeks, ibabad ang mga ito sa isang mangkok ng malamig na tubig upang tumira ang dumi. Kapag malinis na ang mga ito, i-scoop ang leeks sa mangkok.

b) Pagsamahin ang leeks, pasta, bawang, 1/4 kutsarita ng red pepper flakes (i-adjust sa gusto mong antas ng init), mantika, 2 kutsarita ng kosher salt, bagong bitak na itim na paminta, at tubig sa isang malaki at tuwid na gilid na kawali, tinitiyak na ang bucatini ay halos nakahiga sa kawali.

c) Pakuluan ang timpla sa mataas na apoy. Pakuluan ang timpla, hinahalo at pinihit nang madalas ang pasta gamit ang mga sipit o tinidor hanggang sa umabot sa al dente ang pasta, at halos sumingaw na ang tubig, na karaniwang tumatagal ng mga 9 minuto.

d) Idagdag ang lemon zest at perehil at ihalo sa amerikana.

e) Timplahan ng asin ang ulam ayon sa panlasa (maaaring kailanganin mong magdagdag ng isa pang 1/2 kutsarita ng kosher salt at higit pa para sa gusto mong panlasa), paminta, at higit pang mga red pepper flakes kung gusto mo ng karagdagang init. Ihain kasama ng Parmesan, kung ninanais.

78.Tomato Burrata Pasta

Gumagawa: 2-4

MGA INGREDIENTS:
- ½ pound bucatini o spaghetti pasta
- 3 tasang kamatis
- 6 na sibuyas ng bawang, tinadtad
- ¼ tasa ng langis ng oliba
- ½ kutsarita ng tuyo na basil
- ¼ kutsarita ng dinurog na chili flakes
- 8 ounces burrata cheese
- Asin at paminta para lumasa

PARA MAG-GARNISH
- 1 bungkos Sariwang basil, pinong tinadtad
- ¼ kutsarita ng dinurog na chili flakes
- 4 na kutsarang toasted Pine nuts

MGA TAGUBILIN

a) Sa isang malaking kawali sa katamtamang init, init ang langis ng oliba.

b) Idagdag ang bawang, at lutuin ng 1 hanggang 2 minuto bago idagdag ang tuyo na basil, at chili flakes.

c) Idagdag ang mga kamatis at ihalo ang mga ito sa mantika na may masaganang pakurot ng asin at paminta.

d) Lutuin ang mga kamatis sa loob ng dalawampu't dalawampu't limang minuto.

e) Lutuin ang pasta sa kumukulong inasnan na tubig.

f) Kapag natapos na ang pasta, alisan ng tubig ito at agad na idagdag sa kawali.

g) Bigyan ang timpla ng ilang higit pang mga paghagis upang ganap na masakop ang pasta.

h) Alisin ang kawali mula sa apoy at idagdag ang sariwang basil.

i) Isama ang maraming burrata cheese hangga't gusto mo, sa mga piraso ng kagat.

j) Ibabaw na may tinadtad na sariwang basil, at chili flakes.

k) Ikalat ang mga pine nuts sa ibabaw bago ihain.

79.Lemon basil pasta na may brussels sprouts

Gumagawa: 8

MGA INGREDIENTS:
- 1 (1-pound) box na long-cut pasta, gaya ng bucatini o fettuccine
- 4 na onsa ng manipis na hiniwang prosciutto, pinunit
- 3 kutsarang extra-virgin olive oil
- 1 pound Brussels sprouts, hinati o hinati kung malaki
- Kosher na asin at sariwang giniling na paminta
- 2 kutsarang balsamic vinegar
- 1 jalapeño pepper, seeded at tinadtad
- 1 kutsarang sariwang dahon ng thyme
- 1 tasang Lemon Basil Pesto
- 4 ounces 'goat cheese, gumuho
- ⅓ tasang gadgad na Manchego cheese
- Zest at juice ng 1 lemon

MGA TAGUBILIN:

a) Painitin muna ang oven sa 375°F.

b) Pakuluan ang isang malaking palayok ng tubig na inasnan sa mataas na apoy. Idagdag ang pasta at lutuin ayon sa mga direksyon ng pakete hanggang sa al dente. Magreserba ng 1 tasa ng tubig para sa paglluluto ng pasta, pagkatapos ay alisan ng tubig.

c) Samantala, ayusin ang prosciutto sa isang pantay na layer sa isang parchment paper-lined baking sheet. Maghurno hanggang malutong, 8 hanggang 10 minuto.

d) Habang nagluluto ang pasta at nagluluto ang prosciutto, initin ang langis ng oliba sa isang malaking kawali sa katamtamang init. Kapag ang mantika ay kumikinang, idagdag ang Brussels sprouts at lutuin, paminsan-minsan, pagpapakilos, hanggang sa ginintuang kayumanggi, 8 hanggang 10 minuto. Timplahan ng asin at paminta. Bawasan ang init sa medium-low at idagdag ang suka, jalapeño, at thyme at lutuin hanggang ang mga sprouts ay makintab, 1 hanggang 2 minuto pa.

e) Alisin ang kawali mula sa apoy at idagdag ang pinatuyo na pasta, ang pesto, keso ng kambing, Manchego, lemon zest, at lemon juice. Magdagdag ng humigit-kumulang ¼ tasa ng tubig na niluluto ng pasta at haluin upang makagawa ng sarsa.

f) Magdagdag ng 1 kutsara ng higit pa sa isang pagkakataon hanggang sa maabot ang iyong ninanais na pagkakapare-pareho. Tikman at magdagdag ng higit pang asin at paminta kung kinakailangan.

g) Hatiin ang pasta nang pantay-pantay sa walong mangkok o plato at itaas ang bawat isa ng malutong na prosciutto.

80. One-pot creamed corn bucatini

Gumagawa: 6

MGA INGREDIENTS:
- 4 na kutsarang inasnan na mantikilya
- 4 na tainga na dilaw na mais, mga butil na hiniwa mula sa pumalo
- 2 sibuyas ng bawang, tinadtad o gadgad
- 2 kutsarang sariwang dahon ng thyme
- 1 jalapeño o pulang paminta ng Fresno, nabinhi at hiniwa ng manipis
- 2 berdeng sibuyas, tinadtad
- Kosher na asin at sariwang giniling na paminta
- 1 (1-pound box) bucatini
- ½ tasang gadgad na Parmesan cheese
- 2 kutsarang crème fraîche
- ¼ tasa sariwang dahon ng basil, halos napunit

MGA TAGUBILIN:

a) Matunaw ang mantikilya sa isang malaking Dutch oven sa katamtamang init. Idagdag ang mais, bawang, thyme, jalapeño, berdeng sibuyas, at isang pakurot ng asin at paminta. Lutuin, pagpapakilos paminsan-minsan, hanggang ang mais ay ginintuang at nag-karamelize sa mga gilid, mga 5 minuto.

b) Magdagdag ng 4½ tasa ng tubig, dagdagan ang init sa mataas, at pakuluan. Ilagay ang pasta at timplahan ng asin. Lutuin, madalas na pagpapakilos, hanggang sa ang karamihan sa likido ay masipsip at ang pasta ay al dente, mga 10 minuto.

c) Alisin ang palayok mula sa apoy at pukawin ang Parmesan, crème fraîche, at basil. Kung ang sarsa ay masyadong makapal, magdagdag ng isang splash ng tubig upang manipis ito. Ihain kaagad.

ORZO

81. Parmesan Orzo

Gumagawa: 6

MGA INGREDIENTS:
- 1/2 tasa ng mantikilya, hinati
- pulbos ng bawang sa panlasa
- 8 perlas na sibuyas
- Asin at paminta para lumasa
- 1 tasang hilaw na orzo pasta
- 1/2 tasa gadgad na Parmesan cheese
- 1/2 tasa hiniwang sariwang mushroom
- 1/4 tasa sariwang perehil
- 1 tasang tubig
- 1/2 tasa puting alak

MGA TAGUBILIN:

a) Haluin ang iyong mga sibuyas sa kalahati ng mantikilya hanggang sa ito ay maging kayumanggi pagkatapos ay idagdag sa natitirang mantikilya, mushroom, at ang orzo.

b) Ipagpatuloy ang pagprito ng lahat sa loob ng 7 Minuto.

c) Ngayon pagsamahin ang alak at tubig at pakuluan ang lahat.

d) Kapag ang halo ay kumukulo, itakda ang init sa mababang, at lutuin ang lahat para sa 9 na minuto pagkatapos idagdag ang paminta, asin at bawang na pulbos.

e) Kapag tapos na ang orzo, itaas ito ng perehil at parmesan.

82. Minty Feta at Orzo Salad

Gumagawa: 8

MGA INGREDIENTS:
- 1 1/4 tasa orzo pasta
- 1 maliit na pulang sibuyas, diced
- 6 tablespoons langis ng oliba, hinati
- 1/2 tasa ng pinong tinadtad na sariwang dahon ng mint
- 3/4 C. pinatuyong kayumangging lentil, binanlawan
- 1/2 tasa tinadtad na sariwang dill
- Asin at paminta para lumasa
- 1/3 tasa ng red wine vinegar
- 3 cloves ng bawang, tinadtad
- 1/2 tasa Kalamata olives, pitted at tinadtad
- 1 1/2 tasa crumbled feta cheese

MGA TAGUBILIN:

a) Lutuin ang pasta ayon sa mga tagubilin sa pakete.

b) Pakuluan ang isang inasnan na malaking kasirola ng tubig. Iluto sa loob nito ang mga lentil hanggang sa magsimula itong kumulo.

c) Ibaba ang apoy at ilagay ito sa takip. Magluto ng lentil sa loob ng 22 min. Alisin ang mga ito mula sa tubig.

d) Kumuha ng maliit na mangkok ng paghahalo: Pagsamahin sa loob nito ang langis ng oliba, suka, at bawang. Haluing mabuti ang mga ito para maging dressing.

e) Kumuha ng malaking mangkok ng paghahalo: Ihagis dito ang mga lentil, dressing, olives, feta cheese, pulang sibuyas, mint, at dill, na may asin at paminta.

f) I-wrap ang isang plastic wrap sa mangkok ng salad at ilagay ito sa refrigerator sa loob ng 2 h 30 min. Ayusin ang panimpla ng salad pagkatapos ay ihain ito.

83. One-Pot Tomato Orzo

Gumagawa: 4

MGA INGREDIENTS:
- 1 kutsarang olive o rapeseed oil
- 1 pulang sibuyas, pinong tinadtad
- 2 bawang cloves, makinis na gadgad
- 1 sili, tinanggalan ng binhi at pinong tinadtad
- 600g kamatis, tinadtad
- 400g orzo
- 800ml stock ng gulay
- Isang dakot ng perehil, halos tinadtad
- Grated parmesan o isang vegetarian na alternatibo para sa paghahatid (opsyonal)

MGA TAGUBILIN:
a) Init ang mantika sa isang malaking kasirola o kawali sa katamtamang init.
b) Igisa ang tinadtad na pulang sibuyas sa loob ng 4-6 minuto hanggang sa lumambot ngunit hindi maging ginintuang.
c) Idagdag ang gadgad na bawang at tinadtad na sili at lutuin ng karagdagang minuto para lumambot.
d) Haluin ang tinadtad na kamatis at lutuin ng 5 minuto hanggang sa masira ang mga ito.
e) Idagdag ang orzo at ibuhos ang stock ng gulay.
f) Magluto ng 8-10 minuto hanggang sa bumaba ang likido, at ang orzo ay malambot. Kung nagsisimula itong matuyo, maaari kang magdagdag ng ilang kutsarang tubig.
g) Budburan ang tatlong-kapat ng halos tinadtad na perehil at pukawin ito.
h) Ihain sa mga mangkok, na nilagyan ng natitirang parsley at isang grating ng parmesan kung ninanais. I-enjoy ang iyong one-pot tomato orzo!

84. Chicken Orzo Skillet

Gumagawa: 4 Servings

MGA INGREDIENTS:
- 2 tablespoons Langis ng gulay
- 1 pound Walang buto, walang balat na mga bahagi ng dibdib ng manok, gupitin sa 1/2-pulgada na mga tipak
- 1 tasa Orzo (hugis-bigas na pasta)
- 2 kutsaritang tinadtad na bawang
- 2 tasang Tubig
- 3 lata Nilagang kamatis (14 1/2 oz. bawat isa), hindi pinatuyo
- 16 ounces Cannellini beans, binanlawan at pinatuyo, O Great Northern beans, binanlawan at pinatuyo
- 1 kutsarita pinatuyong thyme
- 1 kutsarita ng Asin
- 1/2 kutsarita Itim na paminta
- 16 ounces Mga frozen broccoli florets, lasaw

MGA TAGUBILIN:
a) Sa isang malaking kawali, init ang langis ng gulay sa katamtamang init.
b) Idagdag ang manok at kayumanggi ito sa loob ng 4-6 minuto.
c) Idagdag ang orzo at tinadtad na bawang, at igisa sa loob ng 5-7 minuto, o hanggang sa magsimulang mag-brown ang orzo.
d) Haluin ang tubig, nilagang kamatis, beans, tuyo na tim, asin, at itim na paminta.
e) Takpan at lutuin ng 15 minuto, paminsan-minsang pagpapakilos.
f) Idagdag ang broccoli, takpan muli, at lutuin ng karagdagang 5-10 minuto, o hanggang malambot ang broccoli at orzo, at hindi na pink ang manok.
g) Tangkilikin ang iyong Chicken Orzo Skillet!

85. Orzo at Portobello Casserole

Gumagawa: 6 Servings

MGA INGREDIENTS:
- 1/4 tasa tinadtad na mga kamatis na pinatuyong araw
- 1/4 tasa ng tubig na kumukulo
- 1 kutsarang Olive oil
- 2 tasang Leeks, hiniwa
- 2 tasang Portobello mushroom, diced
- 1 tasa sariwang mushroom, quartered
- 2 cloves ng Bawang
- 2 tasang Orzo, niluto
- 2 tasang Fennel bulbs, hiniwa
- 2 tasang tomato juice
- 2 kutsarang sariwang dahon ng basil, tinadtad
- 2 kutsarang Balsamic vinegar
- 1 kutsarita ng Paprika
- 1/8 kutsarita ng Paminta
- Spray sa pagluluto ng gulay
- 4 ounces Provolone cheese, ginutay-gutay
- 1/4 tasa Grated Parmesan cheese

MGA TAGUBILIN:
a) Pagsamahin ang mga kamatis na pinatuyong araw at tubig na kumukulo sa isang maliit na mangkok. Takpan at hayaang tumayo ng mga 10 minuto, o hanggang lumambot ang mga kamatis. Alisan ng tubig.
b) Init ang langis ng oliba sa isang malaking nonstick skillet sa katamtamang init. Idagdag ang mga kamatis, leeks, mushroom, at bawang, at igisa ng 2 minuto.
c) Pagsamahin ang pinaghalong mushroom, nilutong orzo, at ang susunod na 6 na sangkap (orzo sa pamamagitan ng paminta) sa isang malaking mangkok. Itabi.
d) Sandok ang timpla sa isang 13 x 9-pulgadang baking dish na pinahiran ng cooking spray.
e) Maghurno, walang takip, sa 400 degrees sa loob ng 25 minuto.
f) Iwiwisik ang provolone at Parmesan cheese sa ibabaw ng kaserol, at maghurno ng karagdagang 5 minuto.
g) Masiyahan sa iyong Orzo at Portobello Casserole!

86. One-Pan Orzo na may Spinach at Feta

Gumagawa: 4 na servings

MGA INGREDIENTS:
- 2 kutsarang unsalted butter
- 4 na malalaking scallion, pinutol at hiniwa ng manipis
- 2 malalaking sibuyas ng bawang, tinadtad
- 8 ounces dahon ng baby spinach (8 tasa), tinadtad nang magaspang
- 1 kutsarita kosher salt
- 1 3/4 tasa low-sodium stock ng manok o gulay
- 1 tasang orzo
- 1 kutsarita ng pinong gadgad na lemon zest (mula sa 1 lemon)
- 3/4 cup crumbled feta (3 ounces), at higit pa para sa dekorasyon
- 1/2 tasa ng frozen na mga gisantes, lasaw (opsyonal)
- 1 tasa tinadtad na sariwang dill, o gumamit ng perehil o cilantro

MGA TAGUBILIN:

a) Mag-init ng 10-pulgadang kawali sa katamtamang init, pagkatapos ay tunawin ang mantikilya, na dapat tumagal ng mga 30 segundo hanggang 1 minuto.

b) Haluin ang humigit-kumulang tatlong-kapat ng scallions, inilalaan ang ilan sa mga berdeng bahagi para sa dekorasyon, at idagdag ang tinadtad na bawang. Lutuin hanggang lumambot, madalas na pagpapakilos, para sa mga 3 minuto.

c) Haluin ang baby spinach, idagdag ito sa mga batch kung hindi magkasya ang lahat sa kawali nang sabay-sabay, at magdagdag ng 1/2 kutsarita ng asin. Magpatuloy sa pagluluto, paminsan-minsang pagpapakilos, hanggang sa matuyo ang spinach, humigit-kumulang 5 minuto.

d) Haluin ang stock at dalhin ito sa isang kumulo. Idagdag ang orzo, lemon zest, at ang natitirang 1/2 kutsarita ng asin. Takpan at kumulo sa katamtamang mababang init hanggang sa halos maluto ang orzo at masipsip ang karamihan sa likido, na dapat tumagal ng 10 hanggang 14 minuto, hinahalo nang isa o dalawang beses.

e) Haluin ang durog na feta, at ang mga gisantes kung gusto mo. Idagdag ang tinadtad na dill, pagkatapos ay takpan ang kawali at lutuin ng isa pang 1 minuto upang matapos ang pagluluto at mapainit ang mga gisantes.

f) Upang ihain, budburan ng mas maraming keso at ang nakareserbang scallion.

g) I-enjoy ang iyong One-Pan Orzo With Spinach and Feta!

FARFALLE/BOW TIE

87. Pasta Rustica

Gumagawa: 4

MGA INGREDIENTS:
- 1 lb. farfalle (bow tie) pasta
- 1 (8 oz.) pakete na mushroom, hiniwa
- 1/3 tasa ng langis ng oliba
- 1 kutsarang pinatuyong oregano
- 1 sibuyas na bawang, tinadtad
- 1 kutsarang paprika
- 1/4 tasa ng mantikilya
- Asin at paminta para lumasa
- 2 maliit na zucchini, hiniwa at hiniwa
- 1 sibuyas, tinadtad
- 1 kamatis, tinadtad

MGA TAGUBILIN:

a) Pakuluan ang iyong pasta sa loob ng 10 minuto sa tubig at asin. Alisin ang labis na likido at itabi.

b) Iprito ang iyong asin, paminta, bawang, paprika, zucchini, oregano, mushroom, sibuyas, at kamatis, sa loob ng 17 minuto sa langis ng oliba.

c) Paghaluin ang mga gulay at pasta.

88. Crème Fraiche Chicken Pasta

Gumagawa: 4

MGA INGREDIENTS:
- 1 kutsarang langis ng oliba
- 6 na fillet ng manok
- ¼ tasa puting alak
- ¼ tasang sabaw ng manok
- Asin at paminta para lumasa
- 8 oz. bow tie pasta
- 2 kutsarang tinadtad na shallots
- 3 tinadtad na sibuyas ng bawang
- 1 tasang hiniwang mushroom
- 2 tasang crème fraiche
- 1/3 tasa ng gadgad na Parmesan cheese
- 2 kutsarang tinadtad na perehil

MGA TAGUBILIN:
a) Init ang mantika sa isang malaking kawali.
b) Brown ang manok sa loob ng 5 minuto.
c) Ibuhos ang alak at sabaw at timplahan ng asin at paminta.
d) Kumulo ng 20 minuto.
e) Habang ang manok ay kumukulo, lutuin ang pasta sa isang palayok ng inasnan na tubig sa loob ng 10 minuto at alisan ng tubig. Itabi.
f) Gumamit ng tong para ilipat ang manok sa isang pinggan at i-cube ang manok.
g) Idagdag ang sibuyas, bawang, at mushroom sa kawali at igisa ng 5 minuto.
h) Ibalik ang cubed na manok sa kawali at ihalo ang crème fraiche.
i) Kumulo ng 5 minuto.
j) Ilagay ang pasta sa isang serving bowl at ibuhos ang sarsa sa pasta.
k) Itaas ang parmesan cheese at tinadtad na perehil.

89.Chicken Tenders at Farfalle Salad

Gumagawa: 6
MGA INGREDIENTS:
- 6 na itlog
- 3 berdeng sibuyas, hiniwa nang manipis
- 1 (16 oz.) package farfalle (bow-tie) Pasta
- 1/2 pulang sibuyas, tinadtad
- 1/2 (16 oz.) na bote ng Italian-style salad
- 6 na lambot ng manok

Nagbibihis
- 1 pipino, hiniwa
- 4 na puso ng romaine lettuce, hiniwa nang manipis
- 1 bungkos ng labanos, pinutol at hiniwa
- 2 karot, binalatan at hiniwa

MGA TAGUBILIN:

a) Ilagay ang mga itlog sa isang malaking kasirola at takpan ito ng tubig. Lutuin ang mga itlog sa katamtamang init hanggang sa magsimula silang kumulo.

b) Patayin ang apoy at hayaang umupo ang mga itlog ng 16 min. Banlawan ang mga itlog ng malamig na tubig upang mawala ang init.

c) Balatan ang mga itlog at hiwain pagkatapos ay ilagay sa isang tabi.

d) Ilagay ang mga lambot ng manok sa isang malaking kasirola. Takpan sila ng 1/4 tasa ng tubig. Lutuin ang mga ito sa katamtamang init hanggang sa maluto ang manok.

e) Alisan ng tubig ang mga lambot ng manok at gupitin sa maliliit na piraso.

f) Kumuha ng malaking mixing bowl: Ihagis dito ang pasta, manok, itlog, pipino, labanos, karot, berdeng sibuyas, at pulang sibuyas. Idagdag ang Italian dressing at ihalo muli ang mga ito.

g) Ilagay ang salad sa refrigerator para sa 1 h 15 min.

h) Ilagay ang mga puso ng lettuce sa mga plato ng paghahatid. Hatiin ang salad sa pagitan nila.

90. Macaroni Seafood Salad

Gumagawa: 12

MGA INGREDIENTS:
- 16 oz. farfalle pasta
- 3 tinadtad na hard-boiled na itlog
- 2 tinadtad na stick ng kintsay
- 6 oz., nilutong maliliit na hipon
- ½ tasang tunay na karne ng alimango
- Asin at paminta para lumasa

Pagbibihis:
- 1 tasa ng mayonesa
- ½ kutsarita ng paprika
- 2 kutsarita ng lemon juice

MGA TAGUBILIN:

a) Lutuin ang pasta sa isang palayok ng inasnan na tubig na kumukulo sa loob ng 10 minuto. Alisan ng tubig.

b) Ilipat ang pasta sa isang malaking mangkok at ihalo ang natitirang sangkap ng salad .

c) Pagsamahin ang mga sangkap ng dressing at ihalo sa salad.

d) Takpan at palamigin ng 1 oras.

91. Butternut at Chard Pasta Bake

MGA SANGKAP ko :
- 3 tasang hilaw na bow tie pasta
- 2 tasang ricotta cheese na walang taba
- 4 malalaking itlog
- 3 tasang frozen cubed butternut squash, lasaw at hinati
- 1 kutsarita ng tuyo na thyme
- 1/2 kutsarita ng asin, hinati
- 1/4 kutsarita ng ground nutmeg
- 1 tasa ng magaspang na tinadtad na shallots
- 1-1/2 tasa tinadtad na Swiss chard, inalis ang mga tangkay
- 2 kutsarang langis ng oliba
- 1-1/2 tasa panko bread crumbs
- 1/3 tasa coarsely tinadtad sariwang perehil
- 1/4 kutsarita ng bawang pulbos

MGA TAGUBILIN:
a) Painitin ang hurno sa 375°. Magluto ng pasta ayon sa mga direksyon ng pakete para sa al dente; alisan ng tubig. Samantala, ilagay ang ricotta, mga itlog, 1-1/2 tasa ng kalabasa, thyme, 1/4 kutsarita ng asin at nutmeg sa isang food processor; proseso hanggang makinis. Ibuhos sa isang malaking mangkok.

b) Haluin ang pasta, shallots, Swiss chard at natitirang kalabasa. Ilipat sa isang greased na 13x9-in. baking dish.

c) Sa isang malaking kawali, magpainit ng mantika sa katamtamang init. Magdagdag ng mga mumo ng tinapay; lutuin at haluin hanggang sa ginintuang kayumanggi, 2-3 minuto. Haluin ang perehil, pulbos ng bawang at natitirang 1/4 kutsarita ng asin. Iwiwisik ang pinaghalong pasta.

d) Maghurno, walang takip, hanggang sa set at ang topping ay ginintuang kayumanggi, 30-35 minuto.

LASAGNA

92. Spanish Lasagna

Gumagawa: 12

MGA INGREDIENTS:
- 4 C. de-latang tinadtad na kamatis
- 1 (32 oz.) na lalagyan ng ricotta cheese
- 1 (7 oz.) ay maaaring maghiwa ng berdeng sili
- 4 na itlog, bahagyang pinalo
- 1 (4 oz.) maaaring dice jalapeno peppers
- 1 (16 oz.) pakete Mexican style ginutay-gutay apat na timpla ng keso
- 1 sibuyas, diced
- 3 cloves ng bawang, tinadtad
- 1 (8 oz.) pakete na walang lutuing lasagna pasta
- 10 sprigs sariwang cilantro, tinadtad
- 2 kutsarang giniling na kumin
- 2 lbs. chorizo sausage

MGA TAGUBILIN:

a) Pakuluan ang mga sumusunod sa loob ng 2 minuto, pagkatapos ay kumulo sa mahina sa loob ng 55 Minuto: cilantro, kamatis, kumin, berdeng sili, bawang, sibuyas, at jalapenos.

b) Kumuha ng isang mangkok, paghaluin ang pinalo na itlog, at ricotta.

c) Itakda ang iyong oven sa 350 degrees bago magpatuloy.

d) Iprito ang iyong mga chorizo. Pagkatapos ay alisin ang labis na langis at durugin ang karne.

e) Sa iyong baking dish, lagyan ng light covering ng sauce pagkatapos ay layer: sausage, 1/2 ng iyong sauce, 1/2 shredded cheese, lasagna pasta, ricotta, more pasta, all remaining sauce, and more shredded cheese.

f) Pahiran ng nonstick spray ang ilang foil, at takpan ang lasagna. Magluto ng 30 minuto na may takip, at 15 minuto nang walang takip.

93.Kalabasa at sage lasagna na may fontina

Gumagawa: 8 hanggang 10

MGA INGREDIENTS:
- 2 kutsarita ng extra-virgin olive oil, at higit pa para sa pagpapadulas
- 1 (14-onsa) lata ng pumpkin puree
- 2 tasang buong gatas
- 2 kutsarita ng tuyo na oregano
- 2 kutsarita ng tuyo na basil
- ¼ kutsarita ng sariwang gadgad na nutmeg
- ¼ kutsarita ng dinurog na pulang paminta na mga natuklap
- Kosher na asin at sariwang giniling na paminta
- 16 ounces whole-milk ricotta cheese
- 2 sibuyas ng bawang, gadgad
- 1 kutsarang tinadtad na sariwang dahon ng sage, kasama ang 8 buong dahon
- 2 kutsarang tinadtad na sariwang perehil
- 1 (12-ounce) na kahon na walang kumukulo na pasta ng lasagna
- 1 (12-onsa) na garapon ang inihaw na pulang paminta, pinatuyo at tinadtad
- 3 tasang ginutay-gutay na fontina cheese
- 1 tasang gadgad na Parmesan cheese
- 12 hanggang 16 na piraso ng manipis na hiniwang pepperoni (opsyonal)

MGA TAGUBILIN:

a) Painitin muna ang oven sa 375°F. Magpahid ng 9 × 13-pulgadang baking dish.

b) Sa isang katamtamang mangkok, haluin ang kalabasa, gatas, oregano, basil, nutmeg, red pepper flakes, at isang pakurot ng bawat asin at paminta. Sa isang hiwalay na medium bowl, pagsamahin ang ricotta, bawang, tinadtad na sage, at perehil at timplahan ng asin at paminta.

c) Ikalat ang isang quarter ng pumpkin sauce (mga 1 cup) sa ilalim ng inihandang baking dish. Magdagdag ng 3 o 4 na lasagna sheet, paghiwa-hiwalayin ang mga ito kung kinakailangan upang magkasya. Okay lang kung hindi ganap na natatakpan ng mga sheet ang sarsa. Ipatong sa kalahati ng pinaghalong ricotta, kalahati ng pulang sili, pagkatapos ay 1 tasa ng fontina. Magdagdag ng isa pang quarter ng pumpkin sauce, at ilagay ang 3 o 4 lasagna pasta sa itaas. Layer sa natitirang ricotta mixture, ang natitirang pulang paminta, 1 tasa ng fontina, at pagkatapos ay isa pang quarter ng pumpkin sauce. Idagdag ang natitirang lasagna pasta at ang natitirang pumpkin sauce. Iwiwisik ang natitirang 1 tasa ng fontina sa itaas, pagkatapos ay ang Parmesan cheese. Itaas ang pepperoni (kung ginagamit)

d) Sa isang maliit na mangkok, ihagis ang buong dahon ng sage sa 2 kutsarita ng olive oil. Ayusin sa ibabaw ng lasagna.

e) Takpan ang lasagna na may foil at maghurno ng 45 minuto. Dagdagan ang init sa 425°F, alisin ang foil, at maghurno hanggang sa bumubula ang keso, mga 10 minuto pa. Hayaang tumayo ang lasagna ng 10 minuto. maglingkod. Mag-imbak ng anumang natira sa ref sa isang lalagyan ng airtight nang hanggang 3 araw.

94. Nag-load ng Pasta Shells Lasagna

SANGKAP S :
- 4 na tasang ginutay-gutay na mozzarella cheese
- 1 karton (15 onsa) ricotta cheese
- 1 pakete (10 ounces) frozen na tinadtad na spinach, lasaw at pinisil tuyo
- 1 pakete (12 ounces) jumbo pasta shell, niluto at pinatuyo
- 3-1/2 tasa ng spaghetti sauce
- Grated Parmesan cheese, opsyonal

MGA TAGUBILIN:

a) Painitin ang hurno sa 350°. Pagsamahin ang mga keso at spinach; bagay sa mga shell. Ayusin sa isang greased 13x9-in. baking dish. Ibuhos ang spaghetti sauce sa mga shell. Takpan at maghurno hanggang sa uminit, mga 30 minuto.

b) Kung ninanais, budburan ng Parmesan cheese pagkatapos ng pagluluto.

95.Lasagna ng manok

Gumagawa: 6

MGA INGREDIENTS:
- 6 hilaw na lasagna pasta, pinakuluang
- 1 tasang hinimay na nilutong manok
- 1 kutsarang langis ng oliba
- ½ lb. tinadtad na mushroom
- 1 tinadtad na pulang kampanilya paminta
- 1 tinadtad na maliit na sibuyas
- 3 tinadtad na sibuyas ng bawang
- ¼ tasang sabaw ng manok
- 8 oz., cream cheese
- ½ kutsarita ng oregano
- Asin at paminta para lumasa
- 2 tasang ginutay-gutay na mozzarella cheese
- 3 tasang tomato sauce

MGA TAGUBILIN:

a) Painitin muna ang oven sa 350 degrees F.

b) Init ang langis ng oliba sa isang kawali at igisa ang mga mushroom, bell pepper, sibuyas, at bawang sa loob ng 5 minuto.

c) Pagsamahin ang tinadtad na manok, sabaw, cream cheese, mushroom, bell pepper, sibuyas, bawang, at oregano sa isang mangkok.

d) Haluin ang 1 tasang mozzarella cheese at timplahan ng asin at paminta.

e) Ibuhos ang 1 tasa ng tomato sauce sa isang 9x13 baking dish.

f) Gumawa ng tatlong layer ng lasagna pasta, chicken mixture, at tomato sauce.

g) Itaas ang natitirang tasa ng ginutay-gutay na mozzarella cheese.

h) Maghurno ng 45 minuto.

96. Timog-kanlurang Lasagna

Gumagawa: 6

MGA INGREDIENTS:
- 2 kutsarang langis ng oliba
- 1 tinadtad na sibuyas
- 1 ½ tasang ginutay-gutay na Cheddar cheese
- 1 kutsarang tinadtad na jalapeno pepper
- 4 na tinadtad na sibuyas ng bawang
- 3 tasang mainit na karne ng sausage
- ½ tasang picante sauce
- 1 kutsarita ng Italian seasoning o sa panlasa
- 4 tasang tomato sauce
- 2 tasang ginutay-gutay na Pepper Jack cheese
- 15 tortilla ng mais

MGA TAGUBILIN:
a) Painitin muna ang iyong hurno sa 350 degrees F.
b) Init ang langis ng oliba sa isang malaking kawali.
c) Igisa ang bawang, jalapeno pepper, at sibuyas sa loob ng 5 minuto.
d) Idagdag ang karne ng sausage at timplahan ng Italian seasoning.
e) Haluin ang tomato sauce at picante sauce.
f) Pagsamahin ng mabuti ang lahat ng sangkap.
g) Takpan ang kawali at kumulo ng 15 minuto.
h) Pahiran ng non-stick spray ang isang 9x13 baking dish.
i) Layer ang baking dish na may 1 tortilla, isang layer ng sausage at sauce, at isang layer ng pepper jack cheese.
j) Gumawa ng 2 higit pang mga layer.
k) Itaas ang ikatlong layer na may cheddar cheese.
l) Maghurno ng 45 minuto.

97.Klasikong Lasagna

Gumagawa: 8

MGA INGREDIENTS:
- 1 1/2 lbs. lean ground beef
- 2 itlog, pinalo
- 1 sibuyas, diced
- 1-pint part-skim ricotta cheese
- 2 cloves ng bawang, tinadtad
- 1/2 tasa gadgad na Parmesan cheese
- 1 kutsarang diced sariwang basil
- 2 kutsarang pinatuyong perehil
- 1 kutsarita ng tuyo na oregano
- 1 kutsarita ng asin
- 2 kutsarang brown sugar
- 1 lb. mozzarella cheese, ginutay-gutay
- 1 1/2 kutsarita ng asin
- 2 kutsarang gadgad na Parmesan cheese
- 1 (29 oz.) lata ng diced na kamatis
- 2 (6 oz.) lata na tomato paste
- 12 tuyong pasta ng lasagna

MGA TAGUBILIN:

a) Paghaluin ang iyong bawang, sibuyas, at karne ng baka sa loob ng 3 Minuto pagkatapos ay pagsamahin sa tomato paste, basil, diced tomatoes, oregano, 1.5 kutsarita ng asin, at brown sugar.

b) Ngayon, itakda ang iyong oven sa 375 degrees bago gumawa ng anupaman.

c) Simulan na pakuluan ang iyong pasta sa tubig at asin sa loob ng 9 na Minuto pagkatapos ay alisin ang lahat ng likido.

d) Kumuha ng isang mangkok, pagsamahin ang 1 kutsarita ng asin, itlog, perehil, ricotta, at parmesan.

e) Ilagay ang ikatlong bahagi ng pasta sa isang casserole dish at itaas ang lahat ng kalahati ng pinaghalong keso, isang-katlo ng sarsa, at 1/2 ng mozzarella.

f) Ipagpatuloy ang pagpapatong sa ganitong paraan hanggang sa maubos ang lahat ng sangkap.

g) Pagkatapos ay itaas ang lahat ng higit pang parmesan.

h) Magluto ng lasagna sa oven sa loob ng 35 Minuto.

98. Saucy Lasagna

Gumagawa: 4

MGA INGREDIENTS:
- 1 ½ lb. durog na maanghang na Italian sausage
- 5 tasang spaghetti sauce na binili sa tindahan
- 1 tasang tomato sauce
- 1 kutsarita Italian seasoning
- ½ tasa ng red wine
- 1 kutsarang asukal
- 1 kutsarang mantika
- 5 guwantes na tinadtad na bawang
- 1 hiniwang sibuyas
- 1 tasang ginutay-gutay na mozzarella cheese
- 1 tasang ginutay-gutay na provolone cheese
- 2 tasang ricotta cheese
- 1 tasa ng cottage cheese
- 2 malalaking itlog
- ¼ tasa ng gatas
- 9 lasagna pasta - parboil ed
- ¼ tasa gadgad na parmesan cheese

MGA TAGUBILIN:
a) Painitin ang hurno sa 375 degrees Fahrenheit.
b) Sa isang kawali, kayumanggi ang durog na sausage sa loob ng 5 minuto. Ang anumang mantika ay dapat itapon.
c) Sa isang malaking palayok, pagsamahin ang pasta sauce, tomato sauce, Italian seasoning, red wine, at asukal at ihalo nang maigi.
d) Sa isang kawali, init ang langis ng oliba. Pagkatapos, sa loob ng 5 minuto, igisa ang bawang at sibuyas.
e) Isama ang sausage, bawang, at sibuyas sa sarsa.
f) Pagkatapos nito, takpan ang kasirola at hayaang kumulo sa loob ng 45 minuto.
g) Sa isang paghahalo ng ulam, pagsamahin ang mozzarella at provolone na keso.
h) Sa isang hiwalay na mangkok, pagsamahin ang ricotta, cottage cheese, itlog, at gatas.
i) Sa isang 9 x 13 baking dish, ibuhos ang 12 tasa ng sarsa sa ilalim ng ulam.
j) Ngayon ayusin ang lasagna, sauce, ricotta, at mozzarella sa baking dish sa tatlong layer.
k) Ikalat ang parmesan cheese sa ibabaw.
l) Maghurno sa isang sakop na ulam sa loob ng 30 minuto.
m) Maghurno para sa isa pang 15 minuto pagkatapos mabuksan ang ulam.

99.Ratatouille lasagna

Gumagawa: 8–10

MGA INGREDIENTS:
- Egg Dough
- Extra-virgin olive oil
- 3 sibuyas ng bawang, tinadtad
- 1 tasa (237 ml) red wine
- 2 (28-oz. [794-g]) na lata na dinurog
- mga kamatis
- 1 bungkos ng basil
- Kosher na asin
- Bagong giniling na itim na paminta
- Langis ng oliba
- 1 talong, binalatan at hiniwa ng maliit
- 1 berdeng zucchini, diced maliit
- 1 summer squash, diced maliit
- 2 kamatis, maliit na diced
- 4 na sibuyas ng bawang, hiniwa
- 1 pulang sibuyas, hiniwa ng manipis
- Kosher na asin
- Bagong giniling na itim na paminta
- 3 tasa (390 g) ginutay-gutay na mozzarella

MGA TAGUBILIN:

a) Painitin muna ang oven sa 350°F (177°C) at pakuluan ang isang malaking palayok ng inasnan na tubig.

b) Alikabok ang dalawang sheet na kawali na may semolina na harina. Upang gawin ang pasta, igulong ang kuwarta hanggang ang sheet ay humigit-kumulang 1 / 16-pulgada (1.6-mm) ang kapal .

c) Gupitin ang mga nirolyong sheet sa 12-pulgada (30-cm) na mga seksyon at ilagay ang mga ito sa mga sheet pans hanggang sa magkaroon ka ng mga 20 sheet. Paggawa sa mga batch, ihulog ang mga sheet sa kumukulong tubig at lutuin hanggang sa malambot lang, mga 1 minuto. Ilagay sa mga tuwalya ng papel at patuyuin.

d) Upang gawin ang sarsa, sa isang kaldero sa katamtamang init, idagdag ang extra-virgin olive oil, bawang at igisa nang halos isang minuto o hanggang translucent. Idagdag ang red wine at hayaang mabawasan ng kalahati. Pagkatapos ay ilagay ang dinurog na kamatis, basil at asin at paminta. Hayaang kumulo sa mahina sa loob ng halos 30 minuto.

e) Upang gawin ang pagpuno, sa isang malaking kawali sa mataas na init, magdagdag ng isang ambon ng langis ng oliba, talong, zucchini, kalabasa, kamatis, bawang at pulang sibuyas. Timplahan ng asin at sariwang giniling na itim na paminta.

f) Para mag-assemble, ilagay ang sauce sa ilalim ng 9 × 13-inch (22.9 × 33-cm) baking dish. Ilagay ang mga sheet ng pasta pababa, bahagyang magkakapatong sa kanila, na sumasakop sa ilalim ng ulam. Idagdag ang ratatouille nang pantay-pantay sa ibabaw ng mga pasta sheet at iwiwisik ang mozzarella sa ibabaw. Idagdag ang susunod na layer ng pasta sheet sa kabaligtaran ng mga tagubilin at ulitin ang mga layer na ito hanggang sa maabot mo ang tuktok o lahat ng pagpuno ay nagamit na. Maglagay ng sauce nang pantay-pantay sa ibabaw ng sheet at budburan ng mozzarella.

g) Ilagay ang lasagna sa oven at lutuin ng mga 45 minuto hanggang 1 oras. Hayaang lumamig ng mga 10 minuto bago hiwain at ihain.

100. Pepperoni Lasagna

Gumagawa: 12

MGA INGREDIENTS:
- 3/4 lb. giniling na karne ng baka
- 1/4 kutsarita ng ground black pepper
- 1/2 lb. salami, tinadtad
- 9 lasagna pasta
- 1/2 lb. pepperoni sausage, tinadtad
- 4 C. ginutay-gutay na mozzarella cheese
- 1 sibuyas, tinadtad
- 2 C. cottage cheese
- 2 (14.5 oz.) lata na nilagang kamatis
- 9 hiwa puting American cheese
- 16 oz. Tomato sauce
- gadgad na keso ng Parmesan
- 6 oz. tomato paste
- 1 kutsaritang pulbos ng bawang
- 1 kutsarita ng tuyo na oregano
- 1/2 kutsarita ng asin

MGA TAGUBILIN:

a) Iprito ang iyong pepperoni, beef, sibuyas, at salami sa loob ng 10 Minuto. Alisin ang labis na langis. Ilagay ang lahat sa iyong mabagal na kusinilya na may kaunting paminta, tomato sauce at paste, asin, nilagang kamatis, oregano, at pulbos ng bawang sa loob ng 2 oras.

b) I-on ang iyong oven sa 350 degrees bago magpatuloy.

c) Pakuluan ang iyong lasagna sa tubig-alat hanggang al dente sa loob ng 10 minuto, pagkatapos ay alisin ang lahat ng tubig.

d) Sa iyong baking dish, lagyan ng light covering ng sauce pagkatapos ay layer: 1/3 laqsagna, 1 1/4 cup mozzarella, 2/3 C. cottage cheese, American cheese slices, 4 Tablespoons parmesan, 1/3 meat. Ipagpatuloy hanggang mapuno ang ulam.

e) Magluto ng 30 Minuto.

101. Slow Cooker Lasagna

Gumagawa: 8

MGA INGREDIENTS:
- 1 lb. giniling na karne ng baka
- ½ lb. crumbled Italian spicy sausage meat
- 1 tinadtad na sibuyas
- 3 tinadtad na sibuyas ng bawang
- 1 tasang hiniwang mushroom
- 3 tasa ng tomato sauce – masarap ang lutong bahay, at ayos lang ang jarred
- 1 tasang tubig
- 8 oz. tomato paste
- 1 kutsarita ng Italian seasoning
- 12 oz. lasagna pasta na handa sa oven (hindi ang karaniwang uri)
- 1 ¼ tasa ng ricotta cheese
- ½ tasang gadgad na Parmesan cheese
- 2 tasang ginutay-gutay na mozzarella cheese
- 1 karagdagang tasa ng ginutay-gutay na mozzarella cheese

MGA TAGUBILIN:

a) Brown ang karne ng baka, sausage, sibuyas, bawang, at mushroom sa isang malaking kawali sa loob ng 5 minuto.
b) Alisan ng tubig ang anumang taba.
c) Haluin ang sarsa, tubig, tomato paste, Italian seasoning, at ihalo nang mabuti.
d) Kumulo ng 5 minuto.
e) Pagsamahin ang ricotta, parmesan, at 2 tasa ng mozzarella cheese sa isang mangkok.
f) Gumawa ng mga layer (2 hanggang 3) ng karne, sarsa, double layer ng lasagna (hatiin ang mga ito sa kalahati), at pinaghalong keso.
g) Itaas na may 1 tasa ng ginutay-gutay na mozzarella cheese.
h) Magluto ng 4 na oras sa mababang init.

KONGKLUSYON

Habang tinatapos namin ang aming paglalakbay sa pamamagitan ng "Master the art of cooking pasta in a pan" inaasahan naming hindi mo lang nadiskubre ang mga kagalakan ng walang-pagpapahirap na pagluluto ngunit natutunan mo rin ang sining ng paggawa ng masasarap na pasta dish nang madali. Nag-aalok ang one-pan pasta cooking ng kaginhawahan ng minimal na paglilinis habang naghahatid ng maximum na lasa.

Hinihikayat ka namin na ipagpatuloy ang iyong paggalugad ng mga recipe ng isang pan na pasta, mag-eksperimento sa mga bagong sangkap at ibahagi ang iyong walang-abala na mga likha sa pamilya at mga kaibigan. Ang bawat ulam na inihahanda mo ay isang testamento sa iyong mga kasanayan sa pagluluto at ang iyong kakayahang i-streamline ang proseso ng pagluluto.

Salamat sa pagsama sa amin sa walang gulo na pakikipagsapalaran na ito. Nagtitiwala kami na ang kaalaman at kasanayang nakuha mo ay patuloy na magpapahusay sa iyong paglalakbay sa pagluluto, na ginagawang kasiya-siya at mahusay na karanasan ang pagluluto. Maligayang pagluluto, isang kawali sa isang pagkakataon!

www.ingramcontent.com/pod-product-compliance
Lightning Source LLC
Chambersburg PA
CBHW071315110526
44591CB00010B/899